वि, आ, बुवा

हृदयाचं दुकान

वि. आ. बुवा

हृदयाचं दुकान

दिलीपराज प्रकाशन प्रा. लि.

२५१ क, शनिवार पेठ, पुणे - ४११ ०३०

❊ **हृदयाचं दुकान**
Rudhayacha Dukan

❊ **प्रकाशक**
राजीव दत्तात्रय बर्वे
मॅनेजिंग डायरेक्टर,
दिलीपराज प्रकाशन प्रा. लि.,
२५१ क, शनिवार पेठ, पुणे - ४११ ०३०

❊ © **वि. आ. बुवा**

❊ **प्रथम आवृत्ती** - १५ सप्टेंबर २०१०

❊ **प्रकाशन क्रमांक** - १८२६

❊ **ISBN** - 978-81-7294-832-0

❊ **मुद्रक** -
Repro India Ltd, Mumbai.

❊ **टाईपसेटिंग**
पितृछाया मुद्रणालय
९०९, रविवार पेठ, पुणे- ४११ ००२

❊ **मुखपृष्ठ** - सुहास चांडक

❊ **Website** - www.diliprajprakashan.com
Email - diliprajprakashanpvtltd@gmail.com

माझ्याविषयी मनापासून प्रेम
असणारे आणि
मी लेखक असल्याचा साभिमान
आनंद वाटणारे
माझे बॉस- व्हीजेटीआयचे
तत्कालीन
प्राचार्य डॉ. गुरुदत्त कालतोड यांना
आदरपूर्वक

– वि. आ. बुवा

अनुक्रमणिका

१

❀

महाराष्ट्र : छे! दहाराष्ट्र

'प्रिय अमुचा एक महाराष्ट्र देश हा' असं कोल्हटकरांनी महाराष्ट्रगीतात म्हटलं. मुळात महाराष्ट्र शब्दात राष्ट्र आहेच; याशिवाय देश हा शब्दही जोडला आहे. त्यामुळे महाराष्ट्र किती ग्रेट आहे याची पक्की खात्री पटते. संयुक्त महाराष्ट्राच्या आंदोलनामुळे जिकडे तिकडे विखुरलेला मराठी प्रदेश एकत्र येऊन त्याचं महाराष्ट्र राज्य झालं. (संदर्भ : १ मे १९६० ची वर्तमानपत्रं) काही वर्षं सगळं काही ठीक चाललं होतं, पण पुढं काही भागाला, आपल्यावर अन्याय होतो अशी भावना झाली तर दुसऱ्या भागाला असं वाटू लागलं की, आपली उपेक्षा होत आहे. पाठोपाठ तिसऱ्या भागाला साक्षात्कार झाला की, छे! आपल्याकडे भलतंच दुर्लक्ष होत आहे. हे अन्याय फेम, उपेक्षा फेम आणि दुर्लक्ष फेम भाग होते ना, त्यांना असं वाटू लागलं की आपलं स्वतंत्र राज्य निर्माण झालं की, अनुक्रमे अन्याय, उपेक्षा आणि दुर्लक्ष नष्ट होऊन आपापल्या भागात अनुक्रमे रामराज्य, रामराज्य आणि रामराज्य निर्माण होईल. खरंच भव्य कल्पना आहे. श्रीरामाच्या कारकीर्दीत अयोध्येत फक्त एकच रामराज्य होतं. पण इथं रामराज्याची हॅटट्रिक होणार होती. केवळ

रामराज्य निर्माण व्हावं, या उदात्त हेतूनं, त्या त्या भागातले नेते मंडळी स्वतंत्र राज्याची मागणी करू लागले.

वर्तमानपत्रांतून दररोज असलंच काही तरी छापून येतं. उत्तराखंड राज्य पाहिजे, झारखंड राज्य पाहिजे, बोडोलँड पाहिजे, काय काय सांगावं? या नेते मंडळींना स्वतंत्र राज्यांची एवढी तहान लागलेली असते की, त्यांना परमेश्वरानं एवढ्याच कार्यासाठी जन्माला घातलं की काय असं वाटू लागतं. स्वतंत्र राज्य निर्माण झालं की विकासाचा मुसळधार पाऊस पडू लागेल असं सुरम्य चित्र ही नेते मंडळी रंगवतात. त्यामुळे त्या त्या भागातल्या पब्लिकचाही तसाच समज होतो आणि मुसळधार-पर्जन्यसूक्त म्हणण्यात सहभागी होतात. एकंदरीत पाहिलं असता असं दिसून येतं की बहुतेक चळवळी नेत्यांनी जन्माला घातलेल्या असतात आणि त्या चळवळींवर 'जनतेची (उच्चार भेद: 'जन्ते'ची) मागणी' असं शिक्कामोर्तब केलं जातं, तशी जाहिरातही केली जाते. मग जनतेला ('जन्ते'ला) समजतं की, 'अरेच्चा! ही मागणी आपली आहे होय?' नेत्यांच्या डोक्यांतून निघालेल्या मागणीचं जनतेच्या मागणीत स्थलांतर केल्यावर, जनतेला त्या चळवळीत ओढलं जातं. मोठमोठ्या सभांतून, मोर्चांतून, वर्तमानपत्रांतून, चळवळींतून, 'ही जनतेची मागणी आहे', सध्या जनतेची उपेक्षा / जनतेवर अन्याय / जनतेकडे दुर्लक्ष (महाराष्ट्राचा जो विभाग असेल त्याप्रमाणे उपेक्षा / अन्याय / दुर्लक्ष) होत आहे. म्हणून आम्हाला आमच्या विकासासाठी स्वतंत्र राज्य पाहिजे. जनता स्वतंत्र राज्य मागते. (प्रथमा विभक्ती); जनतेला स्वतंत्र राज्य पाहिजे. (द्वितीया विभक्ती); जनतेने स्वतंत्र राज्य मागितलं आहे. (तृतीया विभक्ती); जनतेसाठी स्वतंत्र राज्य पाहिजे. (चतुर्थी विभक्ती); जनतेपासून स्वतंत्र राज्याची मागणी आहे. (पंचमी विभक्ती); जनतेचे स्वतंत्र राज्य झालं पाहिजे. (षष्ठी विभक्ती); जनतेस स्वतंत्र राज्याची जागृती झाली आहे. (सप्तमी विभक्ती); हे जनते तुला स्वतंत्र राज्य पाहिजे. (संबोधन); (चाल : रामो राजमणि : सदा विजयते रामं रमेशं भजे, रामेणाभिहता निशाचरं रामाय तस्मै नम:...) रामरक्षा स्तोत्रातील या श्लोकात राम:, रामं, रामेण, रामाय, रामात्, रामस्य, रामे, भो राम अशी प्रथमा ते सप्तमी विभक्ती आणि संबोधन अशी राम शब्दाची रूपं दिली आहेत. तीन तीन रामराज्यांची मागणी करताना कमीत कमी, सात विभक्ती प्रत्यय तरी सांभाळले पाहिजेत. जाता जाता : विभक्त व्हायचं आहे तर विभक्ती प्रत्ययांची भक्ती करणं आवश्यक आहे.

निरनिराळी स्वतंत्र राज्यांची 'मुद्देसूद मागणी' करणाऱ्या नेत्यांची संख्या एवढी वाढत आहे की, उरला सुरला हिंदुस्थान (उरला सुरलाच की!- पाकिस्तान, बांगलादेश फुटून बाहेर पडल्यावर) कमी पडेल की काय अशी भीती वाटते. जो

तो स्वतंत्र राज्याचीच मागणी करतो. (अँटी घोषणा- (तीव्रता : झणझणीत) 'प्राण गेला तरी यापुढं देशाचं / राज्याचं विभाजन होऊ देणार नाही!' सत्ताधारी नेत्यांची बचावाची घोषणा. घोषणांचं एक बरं असतं, घोषणांच्या आजूबाजूला निसर्गानंच भरपूर हवा निर्माण करून ठेवली आहे. त्यामुळे तीमध्ये विरून जाणं प्रत्येक घोषणेला सहज शक्य होतं. जाता जाता थोडी शास्त्रीय माहिती : इतके दिवस हवेमध्ये ऑक्सिजन, नायट्रोजन, हायड्रोजन, कार्बन डायऑक्साईड एवढेच मुख्य घटक आहेत असं मानलं जात होतं. परंतु हल्ली हवेमध्ये ऑक्सिजननंतर 'घोषणा' या घटकाचंच प्रमाण अधिक आहे, असं शास्त्रज्ञांना आढळून आलं आहे. (त्यामुळे आपण श्वास घेतो त्यातून घोषणांचे घटकही नाकावाटे आपल्या शरीरात जात असतात.)

हे सगळं पाहिलं की असं वाटू लागतं, राष्ट्रगीतात, महाराष्ट्रगीतात काही दिवसांनी नवीन नवीन राज्यांची भर टाकावी लागणार. ''पंजाब, सिंध, गुजरात, मराठा, द्राविड, उत्कल, वंग...च्या जोडीला उत्तरांखंड, झारखंड, बोडो वगैरेंचाही समावेश करावा लागेल की काय अशी भीती वाटते. महाराष्ट्रगीतामध्येही 'राकट देशा, कणखर देशा, दगडांच्या देशा; नाजूक देशा, कोमल देशा, फुलांच्या देशा' याच्या जोडीलाच 'अन्यायांच्या' देशा, 'उपेक्षे'च्या देशा, 'दुर्लक्षा'च्या देशा' अशा तीन विशेषणांची भर घालावी लागेल. अन्याय, उपेक्षा, दुर्लक्ष हे शब्द त्या त्या संबंधित विभागासाठी प्रतिकात्मक म्हणून वापरले जातील.

अस्तित्वात असलेल्या भूभागाचं विभाजन हाच हल्लीचा युगधर्म होऊन बसला आहे. जेवढं जास्त जास्त विभाजन तेवढी जास्तीत जास्त नेत्यांची सत्ता-कम-राजकीय सोय! सर्वांचं सार एवढंच. हे प्राप्त व्हायला 'जन्ते'चं अधिष्ठान पाहिजेच. 'लढनेको जन्ता और सत्तापर नेता' अशी सरळ सरळ श्रमविभागणी असते. श्रमविभागणी मात्र फक्त जन्तेच्या वाट्याला येते. तरीही प्रत्येक चळवळीत जन्ता असावीच लागते. नेता आणि जन्ता अशी अतूट जोडी आहे. नेत्याला आपल्या मागं (मागं) कुणी तरी पाहिजेच असतं आणि जन्तेलाही आपल्या पुढं (पुढं पुढं करणारा) कुणी तरी पाहिजेच असतो. दोघांच्या या गरजांतूनच निरनिराळ्या चळवळींना नेतेमंडळी जन्म देत असतात.

सगळीकडे हा गदारोळ चालू असताना माझ्या डोक्यातही हा गदारोळ सॉलीड शिरला. 'जे दिसे, जे मनी वसे ते स्वप्नी दिसे' या म्हणीस अनुसरून माझ्या स्वप्नातही नेहमी स्वतंत्र राज्याची मागणी दिसू लागली. एका स्वप्नात एका नेत्यांनं, स्वतंत्र गिरगाव राज्याची मागणी केली होती. दुसऱ्या एका स्वप्नात, स्वतंत्र दादर (पश्चिम) राज्याची मागणी केली होती. आणखी एका स्वप्नात एका

नेत्यानं स्वतंत्र भेंडी बाजारस्तानाची मागणी केली होती तर आणखी एका थ्री-इन-वन स्वप्नात पुण्यातील तीन नेत्यांनी स्वतंत्र सदाशिव-राज्याची, शनिवार-राज्याची आणि नारायण-राज्याची मागणी केली होती. (एकगठ्ठा विद्वानांचं उघड उघड तीन ठिकाणी विभाजन!) असल्या फुटकळ-राज्य स्वप्नांनी मी हैराण झालो होतो. काय करावं, याचा विचार करू लागलो.

यातून मार्ग काढण्यासाठी मी एका गुरूला भेटलो आणि मला फारच चिल्लर राज्यांची स्वप्नं पडतात असं सांगितलं. तेव्हा गुरुमहाराज म्हणाले, "वत्सा, (म्हणजे मी. त्याच्यापुढं मी लेकरूच की!) तुला यापेक्षा विस्तृत राज्यांची स्वप्नं पडतील. माझा तुला तसा आशीर्वाद आहे."

"विस्तृत म्हणजे किती विस्तृत?" मी विचारलं.

"चांगली दोन दोन, तीन तीन, चार चार जिल्ह्यांच्या राज्याची स्वप्नं पडतील. रोज रात्री एकेका राज्याचं स्वप्न पडेल. किंवा एकाच 'मेगा स्वप्ना'त दहा जिल्हा राज्यांची स्वप्नं पडतील. तुला कोणता स्वप्नप्रकार पसंत आहे ते सांग. म्हणजे मी त्याप्रमाणे तथास्तु म्हणतो."

"गुरुमहाराज, काय ते एकच मेगास्वप्न पाडून टाका ना! म्हणजे दहा रात्रींच्या स्वप्नांतली जागरणं तरी वाचतील."

"तथास्तु!" असं म्हणून ते अंतर्धान पावले. (गेले असं म्हणणं अगदीच फालतू दिसतं म्हणून अंतर्धान पावले, असं म्हणालो.)

त्या रात्री जेवण झाल्यावर दहा वाजता झोपलो. झोप लगेच लागली. पाठोपाठ मेगास्वप्न सुरू झालं. हे मेगास्वप्न रात्री दहा ते पहाटे पाचपर्यंत सात तास अखंड चालू होतं. ते स्वप्न आता सांगतो.

मेगास्वप्न

विदर्भातले नेते 'अन्याय अन्याय' म्हणून मोर्चा काढून आले. मराठवाड्यातले नेते 'उपेक्षा उपेक्षा' असं गर्जत आले. कोकणातले नेते 'दुर्लक्ष दुर्लक्ष' असं उच्चस्वरात म्हणत आले. तिन्ही मोर्चे पूर्वापार चालीरीतीप्रमाणे (सध्या नसलेल्या) 'काळा घोडा' पाशी अडविण्यात आले. मुख्यमंत्री 'पुंडलिकाचे भेटी परब्रह्म आले गा' अशा नेहमीच्याच कृतक विनयानं सामोरे आले. त्यांनी तीनही राज्यांची घोषणा लवकरच करतो म्हणजे त्या तीन राज्यांवरील अनुक्रमे अन्याय, उपेक्षा आणि दुर्लक्ष दूर होईल. नवीन राज्यांच्या निर्मितीसाठी मी एक त्रिसदस्य समिती नेमतो. समितीने अहवाल सादर केला की, केंद्र सरकारला नवीन 'तीन राज्यांचा अंतर्भाव घटनेत करण्यासाठी घटना दुरुस्ती करण्याविषयी लिहितो.' हे श्रुतिमंजूळ भाषण ऐकल्यावर सर्व मंडळी परत गेली. हे स्वप्न जेमतेम अर्धा तास टिकलं. स्वप्नातल्या

घड्याळातही वास्तवातल्या घड्याळाइतकेच वाजत असल्यामुळे हे मला कळलं.

नंतर खरं मेगास्वप्न सुरू झालं. महाराष्ट्राचे दहा राष्ट्रांत रूपांतर होणार हे स्वप्न होतं. फक्त तीनच राज्यं निर्माण झाल्यावर मूठभर नेत्यांचीच सोय होणार. बाकीच्या नेत्यांनी काय करायचं? पूर्वी फक्त समाजवादी पक्षातच अनुयायांपेक्षा नेते जास्त असत. पण हल्ली नवीन राज्य मागणीचा जोर वाढू लागल्यामुळे जिकडेतिकडे नेतेच नेते निर्माण झाले. विदर्भाच्या नऊ जिल्ह्यांचं मिळून फक्त एकच राज्य आणि देशावरचे नऊ-दहा जिल्हे मिळून फक्त एकच राज्य. मराठवाड्यातले सात जिल्हे मिळून फक्त एकच राज्य म्हणजे टू मचच झालं, असं उरलेल्या बहुसंख्य नेत्यांना वाटू लागलं. म्हणून आणखी काही नेत्यांनी तीन-चार, तीन-चार जिल्ह्यांची राज्यं निर्माण करून उरलेल्या नेत्यांचंही सुस्थापन करावं, या मागणीसाठी मोर्चे काढले. पुन्हा काळा घोडा, पुन्हा पुंडलिकाचे भेटी परब्रह्म आणि पुन्हा मुख्यमंत्र्यांची नवीन राज्यांची घोषणा झाली.

मेगास्वप्न पुढं चालू होतंच. मधल्या घडामोडी सांगत बसत नाही. महाराष्ट्राचे दहा विभाग करून दहा नवीन राज्यांची निर्मिती करण्याची सर्व पूर्वसिद्धता झाली. सर्व नेत्यांच्या संमतीनं कोणत्या राज्यात किती जिल्हे घालायचं ते निश्चित झालं. प्रत्येक नवजात राज्याचं नामकरण कसं करायचं, हे ठरलं. शक्य तो जुना वारसा दर्शविणारी नावं निश्चित करण्यात आली. यावेळी सर्वच नेत्यांनी कसलीही खळखळ केली नाही. कामचलाऊ समंजसपणा दाखविला. प्रत्येक राज्य हा मूळचा महाराष्ट्र राज्याचाच भाग असल्यामुळे 'पितृराज्या'तला 'राष्ट्र' हा शब्द दहा नवीन राज्यांनी स्वीकारायचं ठरविलं. प्रत्येक राज्य जणू काही 'चिप ऑफ ओल्ड ब्लॉक' असल्यामुळे सगळे गुणधर्म त्यात येणार होते, असा नेतेमंडळींचा विश्वास होता.

महाराष्ट्राची दहा राष्ट्रं पुढीलप्रमाणे निर्माण झाली.

१. मुंबाराष्ट्र : बृहन्मुंबई आणि नवी मुंबई.
२. शिवराष्ट्र : रायगड आणि ठाणे जिल्हे.
३. सिंधुराष्ट्र : सिंधुदुर्ग आणि रत्नागिरी जिल्हे.
४. रामराष्ट्र : नाशिक, धुळे आणि जळगाव जिल्हे.
५. पुण्यराष्ट्र : पुणे, नगर आणि सोलापूर जिल्हे.
६. अंबाराष्ट्र : कोल्हापूर, सातारा आणि सांगली जिल्हे.
७. विदर्भराष्ट्र : बुलढाणा, अकोला, अमरावती आणि यवतमाळ जिल्हे.
८. नागराष्ट्र : नागपूर, वर्धा, भंडारा, चंद्रपूर आणि गडचिरोली जिल्हे.
९. नंदराष्ट्र : नांदेड, उस्मानाबाद आणि लातूर जिल्हे.
१०. देवराष्ट्र : औरंगाबाद, जालना, बीड आणि परभणी जिल्हे.

मुंबईत मुंबादेवी आहे म्हणून या राज्याचं नाव मुंबाराष्ट्र असं ठेवलं. रायगडला शिवाजी महाराजांची राजधानी होती म्हणून या राज्याचं नाव शिवराष्ट्र असं ठेवलं. सिंधुदुर्ग किल्ला आणि शेजारचा सिंधू (समुद्र) यावरून 'सिंधुराष्ट्र' हे नाव निश्चित करण्यात आलं. नाशिकच्या पंचवटीत प्रभू रामचंद्र राहत होते म्हणून त्या राज्याचं नाव रामराष्ट्र ठेवण्यात आलं. पुणे म्हणजे पुण्यनगरी! यावरून त्या राज्याचं नाव पुण्यराष्ट्र ठेवण्यात आलं. कोल्हापूर येथील देवी अंबाबाई हिच्यावरून ते राज्य अंबाराष्ट्र झालं. विदर्भाला विदर्भराष्ट्र असं संबोधण्यात आलं. नागपूरवरून त्या राज्याचं नाव नागराष्ट्र ठेवण्यात आलं. नांदेडला प्राचीन काळी नंद घराण्याचं राज्य होतं. त्यावरूनच नांदतट आणि पुढं नांदेड असं त्या नगराचं नाव पडलं. या राज्याचं नाव म्हणून नंदराष्ट्र असं ठरविण्यात आलं. औरंगाबाद जिल्ह्यातील देवगिरीवरून त्या राज्याचं नाव देवराष्ट्र असं ठेवण्यात आलं. प्रत्येक राज्याच्या नावात राष्ट्र हा शब्द आवर्जून ठेवण्यात आला होता. कारण या प्रत्येक नवीन राज्याची नाळ पूर्वीच्या महाराष्ट्राशी जोडलेली होती. (कोण ही कृतज्ञता!)

मेगास्वप्न पुढं चालू.

महाराष्ट्राची दहा राष्टं - पक्षी - राज्यं निर्माण झाली. देशाच्या राज्यघटनेत दहा राज्यांचा अंतर्भाव करण्यात आला. दहा राज्यं लाटबंद निर्माण झाल्यामुळे प्रत्येक गोष्ट दहा-दहा किंवा दहाच्या पटीत लागू पडली. सर्वात प्रथम अडचण भासली ती राज्यपालांची. सक्रिय राजकाराणात नको असलेल्या व्यक्तीस साधारणत: राज्यपाल केलं जातं. (जाता जाता : एखाद्याला राज्यपाल करणं म्हणजे त्याची पोलिटिकल नसबंदी करणं होय, असं मानलं जातं म्हणे.) हल्लीचे कित्येक राज्यपाल पोलिटिकल नसबंदी होऊनही सक्रिय राजकारणात भाग घेत असतात. असं असलं तरी पोलिटिकल नसबंदी केलेले दहा राजकारणी लोक एकदम आणायचे कुठून? मोठ्या मुष्किलीनं दहा राज्यपाल आणले. (छुपं राजकारण केलं तर चालेल या अटीवर.) बिल्डिंग मटेरिअल, बांधकाम, पूल, धरणं वगैरे बाबतीत टेंडर्स मागविता येतात. पण दहा राज्यपाल पाहिजेत, याबद्दलची टेंडर्स थोडीच मागविता येतात? त्यामुळे कसेबसे दहा राज्यपाल आणले. त्यांची दहा राष्ट्रराज्यांचे राज्यपाल म्हणून नियुक्ती करण्यात आली. दहा राष्ट्रराज्यांच्या दहा राजधान्या झाल्या. मुंबई, नाशिक, पुणे, कोल्हापूर, रायगड, रत्नागिरी, औरंगाबाद, लातूर, अमरावती, नागपूर आणि नांदेड ही राजधानीची शहरं ठरली. 'राजधानी असावी राजधानीसारखी, आणि नसावी भलतीसलती' (चाल: 'रात्र असावी रात्रीसारखी आणि नसावी भलतीसलती'- पु. शि. रेगे.) हे ओघानंच आलं. प्रत्येक राजधानीत राज्यपालांचं राजभवन, मंत्रालय, विधिमंडळ, हायकोर्ट, मंत्रिमंडळ, त्यांचे बंगले,

गाड्या, पर्सनल स्टाफ सगळं आलं.

दहा राष्ट्रराज्यांची दहा मंत्रिमंडळं तयार झाली. जास्तीत जास्त स्वपक्षीय लोकप्रतिनिधींची सोय लावता यावी यासाठी सर्व मंत्रिमंडळं त्रिस्तरीय करण्यात आली. दहा कॅबिनेट मंत्री, दहा राज्यमंत्री आणि दहा उपमंत्री. तीसजणांची बेस्ट सोय झाली. आणखी जे स्वजन उरले त्यांच्यासाठी लहान-मोठी (काही लहान असली तरी) महामंडळे काढण्यात आली. तिथं काहीजणांची सोय लावण्यात आली. अध्यक्षपदं स्वपक्षीयांकडे आणि उपाध्यक्षपदं विरोधी पक्षीयांकडे अशी विभागणी करण्यात आली.

एक महत्त्वाची गोष्ट करण्यात आली. ती म्हणजे प्रत्येक राष्ट्रराज्यात सरसकट शंभर मतदारसंघ करण्यात आले. काही राष्ट्रराज्यं लहान असली म्हणून काय झालं? 'जास्तीत जास्त नेत्यांची सोय' हा तर प्रत्येक राष्ट्रराज्यनिर्मितीचा पायाभूत हेतू होता. वास्तवातील एकसंध महाराष्ट्र राज्यात फक्त दोनशे अठ्ठ्याऐंशीच मतदारसंघ होते. परंतु एका महाराष्ट्र राज्याची दहा राष्ट्रराज्यं झाल्यावर एकदम एक हजार मतदारसंघ निर्माण झाले. याचाच अर्थ एकसंध महाराष्ट्र राज्यात थोडेथोडके नाहीत तर सॉलीड सातशे बारा नेते (मागं लोक हा शब्द लावायचा राहिलं. लोकनेते म्हणा.) लोकप्रतिनिधी होण्यापासून वंचित राहिले होते. दहा राष्ट्रराज्यं झाल्यामुळे त्यांची वंचितावस्था जाऊन उर्जितावस्था प्राप्त झाली. लोकशाहीत लोकप्रतिनिधी झाल्यावाचून लोकसेवाच करता येत नाही या अपरिहार्यतेमुळे त्यांना निवडणूक लढवून लोकप्रतिनिधी व्हावंच लागतं.

लोकसेवेचं ते अधिकृत लायसन्सच असतं म्हणा ना. (पूर्वी आगरकर, फुले, कर्वे, कर्मवीर पाटील, महर्षी शिंदे वगैरे मंडळी लोकप्रतिनिधी नसतानाही लोकसेवा करीत होते. त्या काळात लोकशाही नव्हती म्हणून त्यांची ती 'बेकायदा' कृत्यं खपून गेली. आजच्या लोकशाहीच्या काळात जर ते असते तर, कोणत्या तरी मतदारसंघातून निवडून आल्यावरच त्यांना अधिकृतरीत्या सेवा करता आली असती. लोकशाहीत 'बेकायदेशीर' लोकसेवा चालली नसती.) म्हणून तर जे अजून लोकप्रतिनिधी म्हणून निवडून आले नाहीत असे तरुण लोक लोकशाहीत 'सोशल वर्कर' असं स्वयंभू नेतृत्व निर्माण करून पुढं लोकप्रतिनिधी होण्याची ॲप्रेंटिसशिप करीत असतात.

मेगास्वप्न पुढं चालू :

दहा राष्ट्रराज्यांचे दहा नवीन राज्यसंसार उभे राहिले. प्रत्येक मंत्र्यासाठी एकेक बंगला बांधण्यात आला. क्षेत्रफळ रँकप्रमाणं ठरविण्यात आलं. सर्व मंत्र्यांना सरसकट लाल दिव्याची गाडी देण्यात आली. एकदम एक हजार लाल दिव्यांच्या

गाड्या, एक हजार ड्रायव्हर्स, एक हजार गॅरेजं, सगळं कसं हजारांत! एवढंच नव्हे तर प्रत्येक मंत्र्यासाठी आय. ए. एस. कॅडरचा सचिव पाहिजे म्हणून आय. ए. एस ऑफिसर्सची टेंडर्स मागविण्यात आली. निवृत्तांनीही टेंडर भरलं तरी चालेल, असं मेगास्वप्नातल्या टेंडर्सच्या नोटिशीत म्हटलं होतं. याचं कारण असं होतं की, लोकप्रतिनिधी होऊन मग मंत्री झालेले बहुतेक मंत्री इयत्ता चौथी ते इयत्ता सातवी (दोन्ही ठिकाणी कंसात (नापास) असं लिहिलेले. (चाल : बी. ए. (ऑनर्स) ची) त्यामुळे प्रत्येक खात्यात टॉपचा कमीत कमी एक माणूस तरी चांगला शिकलासवरलेला असावा, या हेतूने एक हजार आय. ए. एस. वाले मिळविण्यात आले. दहा राष्ट्रराज्यं चालवायची आहेत.

काहीही घेतलं की दहा, हे ठरूनच गेलं. इतके दिवस कोल्हटकरांच्या 'बहु असोत सुंदर संपन्न की महा' या एकुलत्या एक महाराष्ट्रगीतावर चंद्रपूर- गडचिरोलीपासून कुडाळ- सावंतवाडीपर्यंत झकास चाललं होतं. चेंज म्हणून शाहीर साबळे यांचं 'गर्जा महाराष्ट्र माझा' हे एक गीत असायचं. आता दहा राष्ट्रराज्यांची दहा गीतं तयार करण्यात मूळ महाराष्ट्रगीताचं नातं टिकवून ठेवण्यासाठी प्रत्येक राष्ट्रराज्यानं पहिल्या दोन ओळी कॉमन ठेवल्या. फरक फक्त आपल्या राज्याचं नाव घालण्यापुरता केला. म्हणजे असा: 'बहु असोत सुंदर संपन्न की महा प्रिय अमुचा एक नंदराष्ट्र हा/ रामराष्ट्र हा/ सिंधुराष्ट्र हा/ पुण्यराष्ट्र हा/' वगैरे. पुढच्या ओळीत त्या राष्ट्रराज्याची प्रादेशिक वर्णनं रचण्यात आली. उदाहरणार्थ पुण्यराष्ट्रगीत घ्या. त्यातल्या पुढल्या ओळीत 'रत्ना वा मौक्तिकांसि मूल्य मुळि नुरे, सदाशिवपेठ-कूस जिथे विद्वान-खनि ठरे' असं म्हटलं होतं. रामराष्ट्रगीतात असं म्हटलं होतं की, 'प्रासाद कशास जेथ राममंदिरे, द्राक्षांची केळ्यांची भव्य आगरे' अंबाराष्ट्रगीतात म्हटलं होतं, 'गीत मराठ्याचे श्रवणि मुखी वसो, ऊसमळे शुगरलॉबी समर्थ असो.' अशी दहा राष्ट्रराज्यगीतं तयार करण्यात आली होती. मूळ महाराष्ट्रगीतामध्ये कोल्हटकरांनी नृमणिखनि, यन्नामा, शमित, यत्कीर्ती, विस्मयावहा, दीप्ती, धृति, श्रवणि, गिरा, तत्कारणि, स्पृहा वगैरे लई लई सौंस्कृत शब्द घातले व्हते. नवीन राष्ट्रराज्यगीतांतून मात्र एक दोन ओळीच सौंस्क्रुत ठेवून म्होरल्या समद्या ओळी जन्तेच्या भाषेत केल्या. ही एक अत्यावश्यक महत्त्वाची गोष्ट केली. अशा प्रकारे प्रत्येक राज्याचं एकेक राष्ट्रराज्यगीत तयार झालं.

प्रत्येक राज्याचं एखादं बोधवचन पाहिजे. अखंड महाराष्ट्र राज्य होतं तेव्हा 'महाराष्ट्रस्य राज्यस्य मुद्रा भद्राय राजते' हे बोधवचन होतं. नवीन दहा बोधवचनं तयार करण्यात आली. प्रत्येक बोधवचनात थोडं संस्कृत थोडं मराठी होतं. पुण्यराष्ट्राचं बोधवचन, 'स्वयंभू शहाणपणा पुण्याय, पापाय परकौतुकम' असं करण्यात आलं.

नागराष्ट्राचं बोधवचन, 'वयमपि शहाणे स्मः पुण्यराष्ट्रात सवाई हि' असं रचण्यात आलं. देवराष्ट्राचं बोधवचन, 'सन्तानां जन्मभूमि पुण्यराष्ट्राद गरीयसी' असं रचून पुण्यराष्ट्राला नागराष्ट्राप्रमाणेच टोला लगाविण्यात आला होता. (नाही तरी पुण्यराष्ट्राचे प्रजानन स्वत:ला भारीच (स्वयंभू) शहाणे समजतात. रामराष्ट्रानं, 'रामाय रामभद्राय, धुळे- जळगाव- नासिकम, चिवडाय, द्राक्ष-केळेभ्यां नगदी पिकाय नमः' रचून आपल्या राष्ट्रराज्याचं वर्णन केलं अंबाराष्ट्राचं बोधवचन, 'अंबादेवि नमस्तुभ्यं पाटील हितकारिणी' असं रचण्यात आलं. विदर्भराष्ट्राचं बोधवचन असं होतं : 'सासुरवाडी हि कृष्णस्य, विदर्भः श्रेष्ठभूमि तु' अशा प्रकारे निरनिराळी बोधवचनं तयार झाली.

मेगास्वप्न पुढं चालू.

भाषा! प्रत्येक राष्ट्रराज्याची मूळची जी बोलीभाषा होती तिला राज्यभाषेचा दर्जा देण्यात आली. सिंधुराष्ट्राची राज्यभाषा मालवणी झाली. रामराष्ट्राची राज्यभाषा अहिराणी ठरली. विदर्भराष्ट्राची राज्यभाषा वऱ्हाडी ठरविण्यात आली. अंबाराष्ट्राची राज्यभाषा देशभाषा (देशावरची भाषा) निश्चित करण्यात आली. तसे शासकीय पत्रकही प्रसिद्ध करण्यात आलं. त्यात म्हटलं होतं, 'समद्यास्नी जाहीर करन्यात येतंय की, आजपास्नं, आपल्या म्हणजे जन्तेच्या भाषेत समदा वेव्हार चालेल. शालेय पुस्तकं बी ह्याच भाशेत निगतील. वगैरे.'

पुण्यराष्ट्रानं जुनी मराठी भाषाच तूर्त कायम ठेवली. परिपत्रकात म्हटलं होतं,'या राष्ट्रराज्यामध्ये तूर्त जुनी मराठी भाषाच बोलली जाईल. या भाषेचा प्रभाव बराच असल्यामुळे हा निर्णय घ्यावा लागत आहे. गावठी भाषेत बोलणारे विद्वान तयार होईपर्यंतच ही भाषा बोलली जाईल. सुमारे दोन वर्षांत तसे विद्वान निर्माण होतील, अशी अपेक्षा आहे. सर्वांत प्रथम 'गावठी मराठी प्रमाण मराठी' असा शब्दकोश तयार करण्यात येईल. वगैरे.'

दहाही राष्ट्रराज्यांच्या भाषेचा प्रश्न सुटला. दहा राष्ट्रराज्यगीतं, दहा बोधवचनं, दहा भाषा हे प्रश्न मार्गी लागले. महसुलाच्या दृष्टीनं प्रत्येक राज्याचे विभाग पाडण्यात आले. अखंड महाराष्ट्रात ज्या भूभागाला तालुक्याचा दर्जा होता, त्यांना जिल्ह्याचा दर्जा देण्यात आला. त्यामुळे जिल्ह्यांची संख्या दोन, तीन, चारवरून एकदम वीस-पंचवीसपर्यंत वाढली. त्यामुळे प्रत्येक राष्ट्रराज्यात तेवढ्या जिल्हा परिषदा निर्माण झाल्या. तेवढे अध्यक्ष, तेवढ्या लाल दिव्याच्या गाड्या! दहा राष्ट्रराज्यं म्हणजे, 'बहुजन हिताय बहुजन सुखाय' याचा आदर्श नमुनाच तयार झाला. उदाहरणार्थ, गडचिरोली जिल्ह्यातील कुरखेडा, अहिर, धानोरा, सिरोंचा, आरमोरी, चामोर्शी, इटापल्ली, गडचिरोली, अमरागड, कोर्ची, देसाईगंज, मूलचेरा या तालुक्यांना जिल्ह्याचा दर्जा देण्यात आला. सिंधुदुर्ग जिल्ह्यातले कुडाळ, देवगड, कणकवली,

मालवण, वेंगुर्ले वगैरे तालुके, जालना जिल्ह्यातले अंबड, भोकरदन, परतूर वगैरे तालुके, धुळे जिल्ह्यातले अलकुवा, तळोदे, शहादा वगैरे तालुके, सांगली जिल्ह्यातले खानापूर, शिराळा, तासगाव, मिरज, कवठेमहांकाळ, आटपाडी वगैरे तालुके, लातूर जिल्ह्यातले अहमदपूर, औसा, निलंगा, चाकूर, रेणापूर वगैरे तालुके एकदम जिल्हे झाले. मूळच्या एकसंध महाराष्ट्रात फक्त ३० जिल्हे होते. पण तालुक्यांना जिल्ह्यांचा दर्जा दिल्यामुळे दहा राष्ट्रांत एकंदर सुमारे ३२५ जिल्हे झाले. एका महाराष्ट्राला जर तीस जिल्हे तर दहा राष्ट्राला ३२५ हे प्रमाण साधारण दसपट म्हणजे योग्य असंच आहे.

३२५ जिल्हा परिषदांचे लोकप्रतिनिधी किती झाले याचा हिशेब करा. सर्वात अगोदर जिल्हा परिषदांच्या ३२५ अध्यक्षांसाठी ३२५ बंगले आणि ३२५ लाल दिव्याच्या गाड्या यांची व्यवस्था करावी लागली. त्याशिवाय ओळखायचं कसं? नाही का? याच संख्येची कार्यालयं बांधण्यात आली. याच संख्येची सर्किट हाऊस बांधली गेली. सगळं काही दहापटीनं वाढलं. त्यामुळे जास्तीत जास्त लोकप्रतिनिधींची सोय होऊ शकली. स्वत: बायको, मुलगा, मुलगी, जावई अशी घरटी किमान पाच निकटच्या नातेवाईकांची सोय झाली. दुसरा स्तर, पुतण्या मेहुणा, साडू, भाचा, मावस भाऊ वगैरेंचा होता. दहा राष्ट्रनिर्मितीमुळे लोकप्रतिनिधींचा जवळचा किंवा जरा लांबचा एकही नातेवाईक 'लोकप्रतिनिधीपदा' पासून वंचित राहिला नाही. दहा राष्ट्रनिर्मितीचं हे महान यश होय.

दहाच्या दहा राष्ट्रराज्यं मार्गी लागली. आपापल्या राज्याचा कारभार लोकप्रतिनिधी जन्तेची शेवा या रुपानं करू लागले. नवेपणा संपला. सगळी राष्ट्र राज्यं स्थिरावली. आता पुढं काय? मग आंतरराष्ट्र राज्य तंटे सुरू करावेत, अशी कुणी तरी आयडिया काढली. ही नामांकित आयडिया सर्वच राष्ट्रराज्यांना जंक्शन आवडली आणि एक्स्प्रेस कार्यवाही सुरू केली. प्रत्येक राष्ट्र राज्याच्या तंगड्या एकमेकांत अडकल्यामुळे, आंतरराष्ट्र राज्य तंटे दीर्घकाळपर्यंत चिवटपणे लढवण्याची सोय झाली.

पाणीतंटा हा त्यातल्या त्यात चटकन सुरू करता येणारा तंटा होता. पाणीतंटा मग तो पश्चिम बंगाल-बांगला देशमधला फराक्का धरणाचा असो, गोदावरी, कृष्णा पाणी तंटा असो नाही तर नर्मदा- सरदार सरोवर प्रकल्प असो, दीर्घकाळपर्यंत चिघळत ठेवण्याची सोय या तंट्यात आहे. भीमा नदी शिवराष्ट्र राज्यात उगम पावून पुण्य राष्ट्रातून वाहत जाते. शिवराष्ट्रानं आपल्या राज्यात धरणं बांधून भीमेचं पाणी आपल्याच जिल्ह्यात वळवून जिरवलं. त्यामुळे पुण्यराष्ट्रात फक्त वाळवंटच शिल्लक राहिलं. दोन राज्यांमध्ये अप्रतिम पाणीतंटा सुरू झाला.

नदीचं जास्तीत जास्त पात्र पुण्यराष्ट्रात आहे, त्या प्रमाणात अमुक अमुक प्रमाणात पाणी पात्रात सोडलंच पाहिजे असा मुद्दा पुण्यराष्ट्रानं मांडला. हा मुद्दा बरोबर होता, पण शिवराष्ट्रानं असं जाहीर केलं की, 'ही नदी जिथं उगम पावते तिथं मोठमोठ्या लाकडी खुंट्या मारून आम्ही नदीच बंद करून टाकू. आमच्या राज्यात इतर बारीकसारीक नद्या पुष्कळ आहेत. त्या नद्यांच्या पाण्यावर आम्ही आमचं काम भागवू.' हा प्रश्न लवादाकडे सोपवण्याचं ठरलं. (निकालाची वाट बघा पुढच्या काही पिढ्यांपर्यंत.)

दुसरा आवडता तंटा म्हणजे सीमातंटा. शिवराष्टानं मुंबाराष्ट्राकडे, त्यांच्या मूळच्या भागाची मागणी केली. वांद्र्याच्या पुढील दहिसरपर्यंतचा भाग आणि शीवपासून मुलुंडपर्यंतचा भाग मूळचा ठाणे जिल्ह्याचा म्हणजे सांप्रतच्या शिवराष्ट्र राज्याचा होता, परंतु तत्कालीन मुंबई महानगरानं धनदांडगेपणा करून एवढा भाग लुबाडला. म्हणून 'अंधेरी, बोरिवली, दहिसर, कुर्ला, घाटकोपर, मुलुंडसह सर्व भाग शिवराष्ट्रात आलाच पाहिजे.' (चाल: मुंबई, बेळगाव, कारवार, निपाणीसह संयुक्त महराष्ट्र झालाच पाहिजे.)

रीतीप्रमाणे रोटीबंदी, बेटीबंदी या चालीवर राज्यबंदी कायदे होऊ लागले. अंबाराष्ट्रातला ऊस पुण्यराष्ट्रात पाठवायला बंदी घालण्यात आली. विदर्भराष्ट्रातील कापूस त्या राज्याबाहेर पाठवायला बंदी घालण्यात आली. पुण्यराष्ट्रानं, राज्याबाहेर विद्वान पाठवण्यावर कडक बंदी घातली. अशा नाना प्रकारच्या बंदी घालण्यात आल्या. त्यामुळे तितक्याच नाना प्रकारच्या चोरट्या आयातनिर्याती सुरू झाल्या. तात्पर्य दहाच्या दहा राष्ट्र राज्यं परस्परांशी पारंपरिक पद्धतीनं तंटे करू लागली.

हे झाले राज्याराज्यांतले तंटे, त्याच्यापुढचा टप्पा म्हणजे प्रत्येक राज्यातले अंतर्गत तंटे. त्यांनीही डोकं वर काढलं. (डोकी वर काढली, हे अनेक वचनी वाक्य अधिक बरोबर आहे.) सिंधुराष्ट्राची राजधानी रत्नागिरी इथं ठेवावी असं आंदोलन सुरू झालं. रामराष्ट्राची राजधानी नासिक असली तरी जळगावला उपराजधानीचा दर्जा देण्यात यावा आणि विधिमंडळाची निम्मी अधिवेशनं जळगावलाच झाली पाहिजेत. औरंगाबाद हायकोर्टाचं एक खंडपीठ परभणी इथे असलंच पाहिजे. देवराष्ट्र विद्यापीठ नांदेडऐवजी लातूरलाच झालं पाहिजे. विदर्भराष्ट्रात, अमरावती या राजधानीच्या शहरी राज्यपातळीवर जी जी कार्यालयं मंत्रालयसुद्धा- आहेत ती ती सर्व कार्यालयं यवतमाळ इथं सुरू करून यवतमाळवरील अन्याय दूर झालाच पाहिजे. नागपूरचं हायकोर्ट भंडारा इथं हलविण्यात यावं, विद्यापीठ गडचिरोली इथं स्थलांतरित करण्यात यावं, आणि मंत्रालय नागपूरला असलं तरी विधिमंडळाची अधिवेशन चंद्रपूर इथंच झाली पाहिजेत. प्रत्येक राज्यात अशा प्रकारची सुमारे

अर्धा अर्धा डझन आंदोलनं सुरू झाली. त्यामुळे नवीन दहा राष्ट्रराज्यांमध्ये उत्कृष्ट प्रकारची अतिजागृत लोकशाही सुरू झाल्याचं अप्रतिम दृश्य मेगास्वप्नामध्ये पाहिल्यावर मी मेगास्वप्नात त्रिवार धन्य धन्य धन्य झालो. धन्य होण्याचं महत्कार्य उरकल्यावर मी पहाटे पाच वाजता त्या भव्य, लोकशाहीप्रचुर मेगास्वप्नातून जागा झालो आणि वास्तवातल्या अखंड महाराष्ट्रात आलो.

मेगास्वप्न इथं संपलं. त्या स्वप्नातच परमेश्वरानं मला उत्तम स्मरणशक्ती दिली होती. म्हणून मी हे प्रदीर्घ स्वप्न लिहून काढू शकलो. संपूर्ण स्वप्न लेखन मोठं आहे. मी इथं त्यातले हाय लाइटस तेवढे दिले आहेत. एवढं 'मेगास्वप्न महाभारत' घडल्यावर चिंतन पाहिजेच, शेवटी चिंतनाशिवाय लेखनाला 'भारदस्तपणा' कसा येणार?

चिंतन : आहे हा अखंड महाराष्ट्र आणि आहे हा हिंदुस्थान चांगला आहे. त्यांना आपण आहेत तसेच निष्ठापूर्वक टिकवून ठेवू या. यातच खरे कल्याण आहे. 'तथास्तु'!

२

❁

हृदयाचं दुकान

काही काही गोष्टी विलक्षणच असतात. त्यांचा स्वभाव निराळा आणि कृती निराळी असं असतं. सबब घ्या. सबब ही लंगडी असते. 'लंगडी सबब सांगू नको,' असं आपण नेहमी म्हणतो. अशाप्रकारे सबब लंगडी असूनही जगात सर्वात जास्त ही (लंगडी) सबबच चालते. स्त्री ही शतकानुशतकं चुलीपाशीच असायची. तरीही जगातल्या असंख्य मारामाऱ्यांपासून युद्धांपर्यंत पुरुषा-पुरुषांत जे-जे काही तणाव निर्माण झाले ते सर्व स्त्रियांमुळेच झालेले असतात. अगदी रामायणातील सीता घ्या किंवा महाभारतातील द्रौपदी घ्या किंवा इजिप्तमधली क्लिओपात्रा घ्या, सगळीकडे स्त्री ही मूळ कारण असते. अशी आणखीही काही उदाहरणं देता येतील. सबब आणि स्त्री ही केवळ नमुना म्हणून दोन उदाहरणं सांगितली. आता आणखी एक उदाहरण सांगतो.

हृदय हे सुद्धा असंच आहे. हृदयालाच मन, अंतःकरण, असंसुद्धा म्हणतात. हे हृदय आहे ना ती अतिशय महत्त्वाची वस्तू आहे. शरीराचे इतर अवयवही आपापल्या परीनं महत्त्वाचे असले तरी त्यातले कित्येक अवयव उघड्यावर पडलेले असतात. ते शरीराला चिकटलेले असले

म्हणून काय झालं? नाक, डोळे, कान, हात, पाय, तोंड, डोकं, पाठ, पोट हे सगळे अवयव ऊन, वारा, पाऊस, थंडी यांना सतत तोंड देत त्या त्या शरीराचं जेवढं आयुष्य असेल तोपर्यंत खडतर जीवन जगत असतात. या सर्व अवयवांना निरनिराळ्या आपत्तींना तोंड द्यावं लागतं. हे झालं इतर अवयवांबद्दल.

हृदयाबद्दल पाहू या. हे हृदय छातीमध्ये अत्यंत कडेकोट बंदोबस्तात ठेवलं आहे. त्वचा, मांस, रक्त वगैरे शिवाय, बरगड्यांचा पिंजरा आहे. त्या पिंजऱ्याच्या आतमध्ये हृदय आहे. एवढी स्पेशल सिक्यूरिटी (पाहिजे तर 'झेड प्लस' ही सर्वोच्च सिक्युरिटी म्हणा.) हृदयाला लाभली आहे. हे असूनही हृदय वाटेल तिथं सुखेनैव संचार करत असतं. शासकीय कार्यालयातील काही माणसं खुर्चीला कोट अडकवतात आणि गावभर भटकून ऑफीस सुटायच्या वेळी ऑफीसात कोट नेण्याच्या निमित्तानं तोंड दाखवायला येतात, तसलाच प्रकार हृदय करत असतं. एकसारखं कुठं कुठं भटकत असतं. हृदय हे एकंदरीत बाहेरख्यालीच वाटतं. सतत बाहेर बाहेर करत असतं. बरगड्यांचा आत थोडा वेळच असतं.

हे हृदय जेव्हा दृश्य स्वरूप बघितलं जातं तेव्हा त्याला हृदय म्हणतात आणि अव्यक्त असतं तेव्हा त्याला मन म्हणतात. हृदय म्हणा नाही तर मन म्हणा दोघेही भटक्या वर्गातलेच आहेत. हृदय आणि मन यांना स्त्रियांचा भारीच नाद आहे. बांगड्यांची थोडीशी किणकिण कानांवर पडली की, किणकिण ऐकणारे कान आहेत तिथंच डोक्याला चिकटलेले असतात. परंतु बरगड्यांच्या आत बंदोबस्तात असलेले हृदय मात्र चुळबूळ करू लागतं. ती रूपसुंदरी नजरेला पडली रे पडली की, हृदय स्वत:ला हरवून बसतं. परत बरगड्यांत येऊन बसायला तयारच नसतं. हृदयाचा स्वभाव फारच स्त्रैण आहे. (स्त्रैण म्हणजे स्त्रीलंपट, स्त्री बघितली रे बघितली की पाघळणारा.) हृदयाला आणि मनाला हा स्त्रैणी छंद फार फार प्राचीन काळापासून आहे. इतके टक्केटोणपे खाऊनसुद्धा हृदयाच्या वागण्यात काहीही सुधारणा नाहीत. त्याचं वागणं असंच चालू असतं. मनही तसलंच. अग्नीपुढं लोणी ठेवलं की ते कसं वितळू लागतं अगदी तसंच सुंदर तरुणीकडे पाहिलं की मन वितळू लागतं. (तिनं हुडत् केल्यावर पुन्हा तुपासारखं घट्ट होतं.)

संस्कृत व्याकरणात मन हा शब्द नपुंसकलिंगी आहे. त्यामुळे आपल्या मनाला प्रेयसीकडे पाठवल्यास आपला निरोप सांगून मन लगेच परत येईल असं एका प्रेमवीराला वाटलं होतं. त्याच्या तृतीयलिंगी व्यक्तिमत्वामुळे ते तिथं रमणारच नाही असंही त्या प्रेमवीराला वाटलं होतं. पण कसलं काय? ते (व्याकरणदृष्ट्या) नपुंसक असूनही, बेटं तिच्यापाशीच रमलं आणि परत यायला विसरलं. हे पाहून तो प्रेमवीर उसासा टाकून म्हणाला, 'पाणिनीनं (संस्कृत व्याकरणकार) मला

सपशेल फसवलं.' तो प्रेमवीर म्हणतो,

"नपुंसकमिति ज्ञात्वा
तां प्रति प्रहितं मन:
तत्तु तत्रैव रमते
हता: पाणिनिया वयम्"

तात्पर्य काय, हृदय किंवा मन भारीच 'प्रेमळ' असतात. परंतु हृदय किंवा मन म्हणजे प्रेम एवढंच समीकरण मांडून चालणार नाही. प्रेम हा हृदयांचा एक वर्ग आहे. हृदयाचे असे अनेक वर्ग किंवा प्रकार आहेत. या प्रत्येक प्रकारच्या हृदयांचे स्वभाव निराळे असतात. काही हृदयं मेणाहून मऊ असतात तर काही हृदयं वज्राहून कठीण असतात. ('आम्ही विष्णुदास मेणाहुनी मऊ, कठीण वज्रासी भेदू' - तुकाराम) काही हृदयं कच्ची असतात. काही हृदयं कोमल असतात, काही हृदयं कठोर असतात, काही हृदयं पाषाणच असतात. काही हृदयं नादान असतात (दिले-नादान), काही हृदयं भित्री असतात (बुजदिल). आताच काही हृदयं कठोर निष्ठुर असतात असं म्हटलं ना, त्याला 'संगदिल' असं म्हणतात. काही हृदयं शूर असतात (दिलावर). काही हृदय हळवी आणि नाजुक असतात. (हृदयविदारक, दिलखराश). काही हृदयं उदास, दु:खी असतात (दिलगीर), काही हृदयं निधड्या छातीची असतात (दिलचला). काही हृदयं हृदयांचीच चोरी करतात (चित्तचोर, दिलदुज्द). काही हृदयं घायाळ झालेली असतात (भग्नहृदय, दिलफिगार). काही हृदयं हरवलेली असतात (दिलशुदा), काही हृदयं होरपळलेली असतात (दग्धहृदय, दिलसोख्त). काही हृदयं प्रेमव्यथेनं तळमळणारी असतात. (प्रेमपीडित हृदय, दिल-ए-बेकरार) अशीच आणखीही पुष्कळ प्रकारची हृदयं असतात. हा एक भाग झाला.

परमेश्वरानं प्रत्येकाला एकेक हृदय आणि त्या हृदयाला एकेक मुख्य स्वभाव दिलेला असतो. फार कमी प्रमाणात हृदयपरिवर्तनाच्या केसेस यशस्वी होतात. फार किचकट पद्धत आहे. त्यासाठी हृदय परिवर्तन घडवून आणणारा महापुरुषही तसा ताकदीचा असावा लागतो. हृदयाचा तोच तो स्वभाव पाहून प्रत्येक माणसाला पुढं पुढं कंटाळा येतो.

पुष्कळ कोमल हृदयाच्या माणसांना वाटतं, आपण 'कठोर' हृदयाचं व्हावं. कुणा सज्जनाला आपल्या मवाळ हृदयाचा कंटाळा येतो आणि आपलं हृदय कुणावर तरी प्रेम जमवण्याचं व्हावं असं वाटतं. दरोडेखोराला वाटतं पुरे झालं हे पाषाणहृदय. आता आपल्याला साधुसंतांचं हृदय मिळेल तर उरलेलं आयुष्य हरी हरी म्हणत निवांतपणे घालवू. बऱ्याच लोकांच्या बोलण्यातून हे येत असल्याचं

माझ्या कानावर आलं. यावर विचार करता करता मला एक कल्पना सुचली. आपणच जर असं एखादं दुकान काढलं तर? निरनिराळ्या प्रकारची हृदयं आपण लोकांकडून खरेदी करायची आणि ती औषधी प्रक्रिया करून सुरक्षित ठेवायची. ज्यांची हृदयं काढून घेतली आहेत त्यांना कामचलाऊ कृत्रिम हृदयं त्यांच्या बरगड्यात बसवून घरी पाठवायचं. हृदयांचा भरपूर स्टॉक केला तर धंदा चांगला चालेल असं वाटलं. म्हणून मी त्या दृष्टीनं प्रयत्न सुरू केले. मी हृदयं विकत घेतो, हृदयं बदलून देतो आणि हृदयारोपणही तज्ञांकडून करवून देतो हे हळूहळू खूप लोकांना माहीत झालं. पुष्कळ लोकांना आनंद झाला. इतकी वर्ष परमेश्वरानं दिलेलं हृदयच वापरायचं, त्या हृदयाचा स्वभाव आपल्याला आवडो न आवडो जन्मभर त्या हृदयाच्या सांगण्याप्रमाणे वागायचं, हृदयाच्या बाबतीत आपल्याला चॉईस नाही आणि व्हॉईस तर नाहीच नाही. बरं झालं आपलं हृदय विकण्याची सोय झाली. बिनस्वभावाचं कृत्रिम हृदयही तात्पुरतं मिळण्याची सोय झाली आहे. आपण याचा लाभ घेतलाच पाहिजे, असंच अनेकांना वाटू लागलं.

हृदयाचं दुकान असण्याची किती नितांत आवश्यकता होती याची मला योग्य कल्पना आली. सर्वप्रकारची प्राथमिक सिद्धता झाल्यावर मी एका सुप्रभाती 'हृदयाचं दुकान' सुरू केलं. दुकानाचं नाव मुद्दामच, 'हृदयाचं दुकान' असं अगदी बाळबोध ठेवलं. 'हृदय क्रय-विक्रय पणन' किंवा 'हृदादानप्रदानारोपण केंद्र' असं ठेवलं असतं तर कुणालाच कळलं नसतं. विशेषत: चोर, दरोडेखोर यांनी, ते लहानपणी शाळेत गेले असल्यास संस्कृत घेतलेलं नसणार. कारण चोर दरोडेखोरांच्या घराण्यात संस्कृत विषय घेण्याची चाल नसते. अपवाद म्हणून 'मृच्छकटिक' या नाटकातला चोर-शर्विलक हा मात्र संस्कृत बोलत होता. ते एक जाऊ दे. हल्ली चोर, दरोडेखोर नसलेल्या लोकांना तरी संस्कृत कुठं येतं? असो. 'हृदयाचं दुकान' सुरू झालं. खरेदी विक्रीसाठी किंवा नुस्तीच चौकशी करण्यासाठी स्त्री-पुरुष येऊ लागले.

सर्वात प्रथम एक सुमारे वीस वर्षांची अत्यंत सुंदर, आकर्षक, मनमोहक तरूणी आली. मी मनात म्हणालो, 'बोहनीचं गिऱ्हाईकच छान छान आलं आहे.' नंतर प्रकटपणे मी तिचं स्वागत कलं आणि येण्याचं कारण विचारलं.

''काय हो, बरगड्याच्या आत असलेलं हृदय बाहेर काढू शकाल काय?''

''तो तर आमच्या व्यवसायाचा प्रमुख भाग आहे. तुम्हाला तुमचं हृदय काढून तुमच्या आवडीच्या दुसऱ्या एखाद्या हृदयाचं ट्रान्स-प्लँटेशन करायचं आहे काय?'' मी विचारलं.

''मला माझं हृदय बिदय बदलायचं नाही. आहे ते ठीक आहे.'' ती

रूपसुंदरी म्हणाली, ''माझा की नई दुसराच प्रॉब्लेम आहे. जरा किचकट प्रॉब्लेम आहे. शस्त्रक्रियासुद्धा जरा गुंतागुंतीची करावी लागेल.''

''तुम्ही आताच म्हणालात की, तुमचं आहे ते हृदय ठीक आहे. मग किचकट शस्त्रक्रिया कसली?'' मी विचारलं.

''त्याचं काय आहे,'' गालाल खळ्या पाडत, गोड गोड स्मित करत, डोळ्यांची छान छान उघडझाक करत ती म्हणाली, ''मी दिसायला खूप खूप सुंदर आहे की नाही, म्हणून कुठून कुठून प्रेमोपवासी प्रेमवीर येतात आणि मला बघतात ते त्याच क्षणी त्यांचं हृदय मला अर्पण करतात आणि वरती, 'हे प्रिये , हृदयेश्वरी तू माझं हृदय कधी चोरलंस हे मला कळलंसुद्धा नाही.' असा माझ्या-वरच चोरीचा आरोप करतात.''

''आलं लक्षात! हे उपाशी प्रेमवीर गाफीलपणे आपलं हृदय गायब करून बसतात आणि तुमच्यासारख्या माधुरी दीक्षितसम सुंदर तरुणीवर हकनाक चोरीचा आरोप करतात,'' मी म्हणालो.

''देहाच्या तिजोरीतलं हृदय चोरीला जाईपर्यंत हे भ्याड प्रेमवीर झोपलेले असतात काय?'' ती तरुणी म्हणाली.

''बरं, तुमचा प्रॉब्लेम काय?'' मी विचारलं.

''हल्ली श्वासोच्छ्वास घेताना मला त्रास होतो. गुदमरल्यासारखं होतं.'' ती तरूणी सांगू लागली, '' म्हणून मी डॉक्टराकडे गेले. ते म्हणाले, ''आपण तुमच्या हृदयाचा एक्स-रे काढू या. म्हणजे तिथं काही फॉल्ट असल्यास चटकन दिसून येईल.''

''ठीक आहे'' असं मी म्हटल्यावर डॉक्टरांनी माझ्या हृदयाचा एक्स-रे फोटो काढला. तो पाहिल्यावर डॉक्टर मला म्हणाले, ''श्वासोच्छ्वास घेताना गुदमरणार नाही तर काय होणार? हे बघ. इथं नैसर्गिकरित्या फक्त तुमचं एकटीचंच हृदय मावू शकेल एवढीच जागा आहे. त्या जागेतच ही बघा बाहेरून आलेली हृदयं. बाहेर काढल्यावाचून ती किती आहेत हे मोजतासुद्धा येणार नाही. एकावर एक ओव्हरलॅप झाली आहेत. पण मिस् अमुक तमुक, प्रत्येक माणसाला फक्त एकच हृदय असतं. असं असताना तुम्ही इतकी हृदयं कुठून ढापलीत? बिचाऱ्या त्या हृदयहीन लोकांनी काय करावं?''

''डॉक्टर, मी कशाला ढापायला जाऊ? उलट हे प्रेमवीरच आपलं हृदयकमल मला अर्पण करत असतात आणि वरती मी त्यांचं हृदय चोरलं असा माझ्यावर आरोप करतात. आहे की नाही कमाल?'' तरूणी म्हणाली, ''माझ्या हृदयावर हा प्रेमवीरांच्या हृदयांचा ढीग येऊन पडला आहे. ह्या ढिगातली सगळी अपुरी हृदयं

तुम्ही बाहेर काढू शकाल काय? या मेल्या उपाशी सडकछाप प्रेमवीरांनी आपली हृदयं माझ्या हृदयाच्या जवळ ठेवून, माझ्या हृदयाचं गोडाऊन किंवा अडगळीची खोली करून टाकली आहे.''

''तुमचा प्रॉब्लेम मला चांगला समजला.'' मी म्हणालो, ''तुमच्यातली बाहेरून आलेली सगळी हृदयं मी काढून टाकण्याची व्यवस्था करतो. आता व्यावहारिक गोष्टींबद्दल बोलू या. हे काम फारच किचकट आहे. आतमध्ये नेमकी हृदयं किती आहेत हे सांगता येत नाही. म्हणून मी पर हृदय दोन हजार रुपये या रेटनं, तुमचं हृदय सोडून बाकीची सगळी हृदयं सुस्थितीत बाहेर काढून देतो.''

''ठीक आहे.'' ती रूपसुंदरी म्हणाली.

नंतर मी नियुक्त केलेल्या तज्ञ शल्यविशारदानं त्या तरुणीच्या हृदयाजवळचा भाग उघडा करून, चिमट्यानं एकेक हृदय बाहेर काढून एका काचेच्या बरणीतील द्रावणात ठेवलं. एकंदर अकरा हृदयं निघाली. मग तिचं स्वत:चं हृदय होतं तसं मोकळं झालं. तेव्हा कुठं तिलाही मोकळं मोकळं वाटलं. बावीस हजार रुपयांचा चेक तिनं मला दिला. मी थॅंक्यू म्हटलं.

''बरं ही अकरा हृदयं तुम्हाला पाहिजेत का?'' मी तिला विचारलं.

''मुळ्ळीच नको! लोचट मेले! तुम्हीच ती हृदयं मोफत घ्या आणि सेकंडहॅंड हृदयं म्हणून कुणाला पाहिजे असतील तर निम्म्या किंमतीला विकून टाका किंवा मोड म्हणून भंगारवाल्याला विका.''

''हृदयाचं दुकान'' सुरू केल्याबरोबर पहिलंच गिऱ्हाईक सॉलिड मिळावं. बावीस हजार रुपये आणि अकरा हृदयं! मी खूष झालो. ही अकरा हृदयं धंद्याला उपयोगी पडतील म्हणून मी ती नीट सुरक्षित ठेवली. रेडिओ, घड्याळं दुरुस्त करणारे, वाटेल तसले भाराभर जुने पार्टस जमा करून ठेवतात. कुठल्या तरी घड्याळाला कुठला तरी पार्ट बसतो. हृदयाचंही तसंच होईल. एखादा दिल ए गायब प्रेमवीर येईल आणि चांगली किंमत देऊन सेकंडहॅंड हृदय विकत घेऊन जाईल.

दुसरे दिवशी दुसरंच एक तरुण गिऱ्हाईक आलं आणि मला म्हणालं, ''तुम्ही हृदयं नुस्ती विकता की रिपेअरपण करता?''

''दोन्ही!'' मी म्हणालो.

तो तरुण भकास चेहऱ्यानं आला होता. दाढीचे खुंट वाढले होते. केस पिंजारलेले होते. चेहरा उदास होता. मला प्रश्न विचारून झाल्यावर तो एकटाच गाणं गुणगणुत होता,''एक दिल के टुकडे हजार हुए, कोई यहां गिरा कोई वहा गिरा!''

"काय झालं?" मी विचारलं.

"होणार काय?" तो भकासपणे म्हणाला, "मी जिच्यावर जिवापाड प्रेम करत होतो त्या प्रेयसीनं माझं प्रेम झिडकारलं, शिवाय वरती पुन्हा एकतर्फी प्रेम करू नकोस अशी तंबीसुद्धा दिली. त्यामुळे माझ्या हृदयाचे एक हजार तुकडे झाले. त्यातले काही इथं पडले तर काही तिथं पडले. एक दिलके टुकडे हजार हुए, कोई यहां गिरा कोई वहां गिरा, कोई यहां गिरा, कोई वहां गिरा!"

"असं झालं होय?" मी म्हणालो, "बरं मग हृदयाच्या त्या बारीक बारीक तुकड्यांचं काय झालं? कोई यहां गिरा कोई वहां गिरा!"

"मी रस्ताभर खाली वाकून हृदयाचे बारीक बारीक तुकडे गोळा केले. दिल के हजार टुकडे हुए थे ना! म्हणून सगळे तुकडे फारच बारीक होते. मोठ्या मुश्कीलीनं गोळा केले. घरी आणून सर्व तुकडे साबणाच्या पाण्यात घालून स्वच्छ धुतले. कोरड्या टॉवेलवर हृदयाचे हजार तुकडे पसरले आणि दुसऱ्या टॉवेलनं ते टिपले. तेव्हा ते तुकडे कोरडे झाले. मग मी हृदयाचे ते एक हजार तुकडे एका प्लॅस्टिकच्या पिशवीत भरले. रबर बँड लावून पिशवीचं तोंड बंद केलं आणि ती पिशवी घेऊन मी तुमच्याकडे आलो आहे. ही बघा पिशवी." त्या सहस्रशः भग्नहृदय झालेल्या प्रेमीवीरानं सविस्तर सांगितलं.

मी ती पिशवी हातात घेतली. हृदयाचे ते बारीक तुकडे पाहून मी म्हणालो, "तुमच्या हृदयाचे मोजकेच तीन, चार, पाच तुकडे झाले असते तर आमच्याकडच्या हार्ट ॲडेसिव्ह पेस्टनं चिकटवून वनपीस हृदय तयार करता आलं असतं. तीन-चार तुकड्यांमुळे, कोणता पीस कुठं बसवायचा हे चटकन कळतं, पण हजार बारीक तुकडे कोणत्या क्रमानं बसवायचे हे जमणं अशक्यच आहे."

"मी मोठ्या अपेक्षेनं तुमच्याकडे आलो होतो." तो उदासी प्रेमवीर म्हणाला, "आता हजार तुकडे झालेलं, यह दिल किसको दूँ?"

"तुम्ही काय करा," मी त्याला धीर देत म्हणालो, "ही तुमची दिल के हजार टुकडेवाली पिशवी आहे ना, ती माझ्याकडे ठेवा. मी आमच्या लॅबोरेटरीत एका विवक्षित केमिकल प्रोसेसनं मेल्ट करतो. तुमचं हृदय प्रेमवीराचं असल्यामुळे ते बिलबिलीत असणार. जेमतेम ऐंशी डिग्री सेल्सियस उषणतामानाला ते सहज मेल्ट होईल. तेच जर दरोडेखोराचं हृदय असेल तर त्याला मेल्टिंग पॉईंट अडीचशे डिग्री सेल्सियस उष्णतामान इतका असेल." निरनिराळ्या टाईपच्या हृदयांचे मेल्टिंग पॉईंट कसे निरनिराळे असतात हे त्या बिलबिलीत हार्टच्या प्रेमवीराला सांगितलं.

"बरं, माझ्या हृदयाचे तुकडे मेल्ट केल्यावर पुढं काय करणार?" प्रेमवीरानं विचारलं.

“आमच्याकडे हृदयाच्या आकाराचे मोल्डस आहेत. तुमचं वितळलेलं हृदय साधारण अर्धप्रवाही म्हणजे सेमी-फ्लुईड झालं की मी ते त्या मोल्डमध्ये ओतीन. थंड झाल्यावर मोल्ड काढून घेईन. हजार तुकड्यांना पुन्हा हृदयाचा आकार येईन.”

“मला पुन्हा ते छातीत बसवता येईल का?” प्रेमवीरानं मोठ्या उत्सुकतेनं विचारलं.

“वेळ लागेल. आठवडा तरी लागेल.” मी म्हणालो, कारण हृदयाचे एक हजार तुकडे झाले. ते तुम्ही गोळा केले, धुतले, वाळवले. आता मी ते मेल्ट करून मोल्डमध्ये घालणार. या सगळ्या प्रकारात हृदयाचं फंक्शन मागंच बंद झालं आहे. आता ते डिफंक्ट झालं आहे. मोल्डमधल्या नवीन हृदयाचं फंक्शन सुरू व्हायला, कृत्रिम पंपिंग सुरू केलं पाहिजे. मग ते पूर्ववत सुरू होईल. पण एक लक्षात ठेवा, हे मोल्डेड हृदय असेल ना ते जरा जपून वापरा. प्रेमभंग झाल्यावर त्याचे हजार तुकडे होऊ देऊ नका. शक्यतो प्रेमभंग हृदयापर्यंत पोचवूच नका. दहा-पाच सुस्कारे टाकून आणि दोन अश्रू ढाळून थोडक्यात उरकून घ्या.”

“ठीक आहे. खर्च किती येईल?” प्रेमवीरानं विचारलं.

“एकंदर सर्व प्रोसिजरचा खर्च तीन हजार रूपये होईल. त्यातले दीड हजार रुपये ॲडव्हान्स द्यावे लागतील आणि आठ दिवसांनी मोल्डेड हृदयाच्या डिलिव्हरीच्या वेळी राहिलेले दीड हजार रुपये द्यावे लागतील.”

“ठीक आहे. हे घ्या दीड हजार रुपये ॲडव्हान्स.” प्रेमवीर म्हणाला, “पण सध्या माझ्या छातीमध्ये गेले आठ दिवस हृदयच नाही. बिनहृदयानं मी हिंडतोय. आणखी आठ दिवस मी कसे काढू?” प्रेमवीरानं विचारलं.

“आमच्याकडे तशी तात्पुरत्या उपयोगासाठी स्पेअर हृदयं असतात. पाहिजे असल्यास मी तुम्हाला, तुमचं हृदय तुम्हाला देईपर्यंत, आठ दिवसांसाठी भाड्यानं देऊ शकेन.”

“भाडं काय पडेल?” त्यानं विचारलं.

“रीझनेबल!” मी म्हणालो, “तात्पुरत्या वापरासाठी म्हणून जी हृदयं आम्ही देतो ती तशी फार कॉस्टली नसतात. जनरल टाईपची असतात. म्हणून तुम्हाला दररोज शंभर रुपये या दरानं हृदय भाड्यानं मिळेल. हे हृदय घेताना, तुम्ही आम्हाला एक अंडरटेकिंग लिहून द्यायचं आहे. ते असं- “हे हृदय माझ्या छातीत असेपर्यंत आणि नंतर परत करीपर्यंत मी कुणाही मुलीच्या प्रेमाच्या भानगडीत पडून हृदयाचं कसलंही डॅमेज होऊ देणार नाही. याशिवाय डिपॉझिट म्हणून पाचशे रुपये द्यावे लागतील.”

"ठीक आहे. सगळं मान्य आहे. हे डिपॉझिटचे पाचशे रुपये घ्या. आठ दिवसांनी तुमचं हृदय तुम्हाला परत करून, माझं हृदय परत न्यायला येईन."

छातीच्या पोकळीत तात्पुरतं हृदय बसल्यावर तो प्रेमवीर गेला.

ती सुंदर तरुणी हृदयं माझ्याकडेच भंगार म्हणून टाकून गेली होती. त्यातल्याच एका हृदयाचा असा उपयोग झाला. बरी सोय झाली. प्रेमभंगामुळे विदीर्ण हृदयं दुरुस्तीसाठी आली की, ही हृदयं त्यांना तात्पुरती भाड्यानं द्यायची. अकरा हृदयात चांगला धंदा होईल. हृदयांचं दुकान काढल्यापासून लोकांची फारच छान सोय झाली. नानाप्रकारचे लोक येऊन हृदयांची चौकशी करू लागले. पुष्कळ लोकांना स्वतःच्या चालू हृदयाचा कंटाळा आला होता. त्यांना बदल पाहिजे होता.

एकेदिवशी सकाळीच एक दरोडेखोर आला आणि म्हणाला, "मला माझं दगडासारखं कठीण आणि कठोर हृदय विकायचं आहे."

"आम्ही विकत घेऊ." मी म्हणालो, "पण तुम्हाला हृदय?"

"मी बोलून चालून दरोडेखोर आहे. आमच्या धंद्यात हृदय लागतच नाही. काळीज नसलं तरच धंदा नीट करता येतो," दरोडेखोर म्हणाला.

"तेही खरंच." मी म्हणालो, "तुमचं हृदय पुरेसं कठोर आहे ना?" मी विचारलं.

"एकदम दगडासारखं आहे. असलं दगडासारखं हृदय आहे म्हणून तर गेली कैक वर्ष मी दरोडे घालत आहे," दरोडेखोर म्हणाला.

"हे हृदय विकल्यावर धंदा बदलण्याचा विचार आहे काय?" मी विचारलं.

"धंदा आहे तोच चालू ठेवणार आहे." दरोडेखोर म्हणाला,"पण काय हो तुमच्याकडे एखादे प्रेमळ, मायाळु, कनवाळू हृदय आहे का? दरोडे घालताना नेहमी कठोर शिवीगाळीची भाषा वापरायचा मला वैताग आला आहे. म्हणून बोलण्यात बदल करून दरोडे घालण्यासाठी मला प्रेमळ हृदय दाखवा."

"हे बघा प्रेमळ हृदय. हे हृदय साने गुरूजींच्या गोष्टीतल्या माणसांप्रमाणे प्रेमळपणानं गच्च भरलेलं आहे. या टाईपचं आमच्याकडे फक्त एकच हृदय आहे." मी व्यावसायिक थाप मारून किती चणचण आहे हे सांगितलं.

"बरं माझं हृदय केवढ्याला घेणार?" दरोडेखोरानं विचारलं.

"खरं सांगायचं म्हणजे, आपली ही साधुसंतांची भूमी आहे. इथं दरोडेखोरांच्या हृदयाला तसा भाव नाही. मी सुद्धा तुमच्याकडून विकत घेणार आणि शोकेसमध्ये ठेवून देणार. चुकून एखादं गिऱ्हाईक आलंच तर एखादं तरी असलं हृदय असावं म्हणून मी विकत घेत आहे."

"किती पैसे देणार?" दरोडेखोरानं विचारलं.

“जास्तीत जास्त पाचशे रुपये देईन.” मी सांगितलं,“हां! जर आमचं दुकान तिकडे चंबळच्या खोऱ्यात असतं तर तुमच्या याच हृदयाला मी रोख दहा हजार रुपये दिले असते.”

“ठीक आहे. पाचशे रुपये मान्य आहे.” दरोडेखोर म्हणाला, “पण प्रेमळ कनवाळू हृदय मला केवढ्याला देणार?”

“त्याची किंमती दहा हजार रुपये आहे. तुमच्या हृदयाचे पाचशे रुपये वळते करून साडेनऊ हजार रुपये द्या,” मी सांगितलं.

“एकदम साडेनऊ हजार रुपये कुठून देऊ?” दरोडेखोर म्हणाला.

“असं करा, थोडा वेळ तुमचं दगडासारखं कठीण हृदय आहे ना ते तूर्त तुमच्याजवळच ठेवा. एक दरोडा घाला म्हणजे साडेनऊ हजारच काय पण साडेनऊ लाख रुपयेसुद्धा घेऊन याल.” मी त्याला सल्ला दिला.

“नाही तर असं करा,” दरोडेखोर म्हणाला, “तुमच्याकडचं प्रेमळ, कनवाळू वगैरे जे हृदय आहे ना, ते मला भाड्यानं एक दिवसासाठी द्याल का? एक पूर्ण दिवसाचं भाडं किती?”

“पाचशे रुपये,” मी म्हणालो.

“तर मग ते हृदयच द्या,” दरोडेखोर म्हणाला, “कोणत्या गुरुजीचं नाव मघाशी घेतलंच?”

“साने गुरूजी,” मी म्हणालो, “फार मोठं सत्प्रवृत्त व्यक्तिमत्व होतं. आमची पिढी त्यांच्या संस्कारक्षम साहित्यावरच बालपणी पोसली होती. घराघरातून त्यांचं संस्कारक्षम साहित्य बालमनावर संस्कार घडवण्यासाठी वाचलं जातं.”

“ठीक आहे. प्रेमळ, कनवाळू वगैरे आहे ना. बस्स!” दरोडेखोर म्हणाला, “माझं सध्याचं हृदय काढून ज्या जागी कनवाळू हृदय बसवा. तोपर्यंत डिपॉझिट म्हणून माझं हृदयही ठेवून घ्या. हे या कनवाळू हृदयाच्या एक दिवसाच्या भाड्याचे पैसे घ्या. कनवाळू हृदय लौकर बसवा. काय स्क्रू, नट, बोल्ट फिट करायचे ते नीट करा. आमचा धंदा आहे धसमुसळेपणाचा, मारामारीचा, धावपळीचा. ऐन धंद्याच्या टायमाला हृदयाचे नटबोल्ट ढिले झाले तर हृदय सांभाळायचं की धंदा सांभाळायचा?”

“त्याची काळजी करू नका. हृदय बसवल्यानंतर आमचा एक्सपर्ट सगळं नीट तपासून बघतो. नंतर त्यानं ओके म्हटल्यावरच ग्राहकाला आम्ही सोडतो.” मी सांगितलं, त्या दरोडेखोराचं मूळचं हृदय काढलं. त्या जागी कनवाळू हृदयाचं ट्रान्सप्लँटेशन केलं. मग तो दरोडखोर गेला. नवीन हृदय बसवल्याबरोबर दरोडेखोराला निराळंच काही वाटू लागलं. काहीही बघितलं की हृदय उचंबळून येऊ लागलं.

रस्तानं जाताना तो एका बँकेपाशी थांबला. कारण असं होतं: बँकेसमोर गाडी उभी होती. त्या गाडीतून बँकेची खूप कॅश असलेली जड पेटी बँकेचा शिपाई आणि कॅशियर दोघांनाही बाहेर काढता येईना. आजची कॅश जास्त होती म्हणून पेटी मोठी होती. हे दृश्य पाहून त्या दरोडेखोराचं नवीनच बसवलेलं कनवाळू हृदय द्रवलं. तो तिथं गेला आणि त्यांना म्हणाला, ''सरका बाजूला मी एकटा ही पेटी बँकेत नेऊन ठेवतो.'' असं म्हणून त्या दरोडेखोरानं (पूर्वीच्या नित्याच्या सवयीमुळे) ती पेटी झटक्यात उचलली आणि कॅशियरनं सांगितले त्या ठिकाणी आणून ठेवली कॅशियरला नमस्कार करून तो निघाला.

''पेटी आत आणल्याचे किती पैसे द्यायचे?'' कॅशियरनं विचारलं.

''छे छे! पैसे कसले घ्यायचे? दुसऱ्यांना अडीअडचणीला मदत करणं यातच खरी माणुसकी आहे.'' हे दरोडेखोराच्या तोंडचे उद्‌गार बरं का! तो पुढं म्हणाला,''पंढरीच्या पांडुरंगानं चोखामोळ्याची गुरं सांभाळली त्याचे का पैसे घेतले त्या विटेवरच्या देवानं? त्यानंच जनाबाईचं दळण दळून दिलं. एक रुपया किलो या दरानं पांडुरंगानं जनाबाईकडून तीन किलो दळणाचे तीन रुपये का घेतले होते? एकनाथाच्या घरी श्रीखंड्याच्या रूपानं प्रत्यक्ष श्रीकृष्ण पाणी भरत होते. श्रीकृष्णानं एकनाथाकडून पाणीपट्टी का वसूल केली? कबीरानं रामाचे शेले विणले. तेव्हा रामानं का कबीराकडे कामाचं बिल पाठवलं? कॅशर महोदय तर मग मी कसे पैसे घेऊ? मी एवढीशी पेटी तिथून इथं आणून ठेवली. मारुतीनं तर एवढा मोठा द्रोणागिरी कुठून कुठं आणून ठेवला होता. मारुतीनं का रामाकडे या कामाचे पैसे मागितले होते? मी जर या कामाचे पैसे मागितले तर तो विटेवरचा पांडुरंग, तो गोकुळातला गोपमित्र आणि अर्जुनाला गीता सांगणारा श्रीकृष्ण, तो सर्वोत्कृष्ट रामराज्याचा राजा श्रीराम, तो वानरयूथमुख्य मारुती सगळेजण माझी निंदा करतील, माझा निषेध करतील? ते म्हणतील, 'अरे हीच का थोर भारतीय संस्कृती? पेटी उचलून आत ठेवली तर पैसे मागतोस?' वराहअवतारात तर विष्णूनं सगळी पृथ्वीच उचलून आपल्या दातांवर धरली होती. विष्णूनं किती कोटी रुपयांचं बिल पाठवायचं?''

दरोडेखोराच्या तोंडून असलं काही ऐकल्यावर बँकेतले सगळेच कर्मचारी आणि ग्राहक चकित झाले. एक वृद्ध पेन्शनर मासिक पेन्शन घ्यायला आला असता तो म्हणाला, 'गेल्या दहा हजार वर्षांत मी इतका आदर्श माणूस पाहिला नव्हता हे मी स्वानुभवावरुन सांगतो.' दरोडेखोर सर्वांना विनम्रपणे अभिवादन करून निघाला.

दरोडेखोरानं हृदयबदल पूर्वकाळात म्हणजेच काल परवा एका श्रीमंताचा

बंगला दरोडा घालण्यासाठी हेरून ठेवला होता. आज रात्री दरोडा घालायचा जायचं ठरवलं. त्याचा तो उपजीविकेचा व्यवसायच होता. तोच त्याचा धर्म होता. हा धर्म पालन करत असताना निधन झालं तरी चालेल पण दुसरा व्यवसाय करणं म्हणजे परधर्माचा स्वीकार करणं होय, असे उदात्त विचार दरोडेखोरानं बोलून दाखवले होते. आधार गीतेचाच दिला. ''स्वधर्मे निधनं श्रेय: परधर्मो भयावह:''

दरोडेखोर आपली व्यवसायची आयुधं, मोठ्या पिशव्या वगैरे घेऊन त्या पूर्वहेरित (आधीच हेरून ठेवलेल्या) बंगल्याशी गेला. बाहेरच झाडाखाली आडोशाला बसला. मधून मधून तो हातातल्या घड्याळात वेळ बघत होता. याचं कारण, दरोडेखोर रात्रीचे बारा वाजून गेल्यानंतर बंगल्यात शिरणार होता. शुभकार्याला जसा प्रात:काळचा ब्राह्ममुहूर्त उत्तम तसाच दरोडादी परधनवस्तु अपहरण कार्यासाठी उत्तररात्र्यारंभ हा मुहूर्त फलदायी ठसतो असं 'शर्विलक-संहिता' या प्राचीन ग्रंथात म्हटलं आहे. त्यात असं म्हटलं आहे: 'परद्रव्याद्यपहरण-साहसार्थे उत्तररत्र्यारंभ: सुमुहूर्त:' या शास्त्र-वचनाप्रमाणे उत्तररात्रीचा आरंभ रात्री बारानंतर होतो. तिथून एक प्रहर म्हणजे तीन तास. साहस म्हणजे दरोडा. रात्री बारा ते पहाटे तीन हा कालावधी दरोडा घालायला उत्कृष्ट मुहूर्त आहे. या कालावधीत घातलेला दरोडा फलदायी होतो असंही 'शर्विलक संहिते'त सांगितलं आहे.

एकदाचे रात्रीचे बारा वाजून गेले. उत्तररात्रीचा शुभारंभ झाला. दरोडेखोर बंगल्याच्या आवारात गेला. खरं म्हणजे ड्रेनेजच्या पाईपावरून चढून, उघड्या खिडकीतून बेडरूममध्ये उडी मारण्याची, दरोडेखोरांची पारंपारिक पद्धत. तसं पाहिलं तर दरोडेखोरी ही सामूहिक असते. दरोडेखोरी हे टीमवर्क आहे. पण या खेपेला हा दरोडेखोर एकटाच आला होता. मनातून तो म्हणाला होता, 'झोपू द्या निवांत माझ्या सहकाऱ्यांना. रोज रोज उत्तररात्रींची जागरणं, एकसारखी जागरणं, कायमच्या रात्रपाळ्या! हा धंदाच रात्रपाळीचा आहे. काय लूट मिळेल त्यातला त्यांचा हिस्सा मीच नेऊन देईन. माझ्या वहिन्यांनाही आनंद वाटेल.' (वहिन्या म्हणजे सहकारी दरोडेखोरांच्या बायका.)

या खेपेला दरोडेखोर बंगल्याच्या मुख्य दाराशी आला. दारावरची डिंगडाँग बेल वाजवली. मिनिटाच्या आत आतला दिवा लागला गेला आणि शेठजी स्वत: पुढं येऊन त्यांनी दार उघडलं

''नमस्कार! आपला निद्राभंग केल्याबद्दल मला आपण क्षमा करावी. क्षमा केल्यावर, मी आत येऊ का असा प्रश्न विचारुन आपल्या अनुमतीची प्रतीक्षा करत मी आपल्या द्वाराशी उभा राहीन.''

''ठीक आहे. तुम्हाला बरं वाटावं म्हणून क्षमा केली असं म्हणतो. आत

यायलाही माझी अनुमती आहे.''

मग दरोडेखोर आत आला. सोफासेटवर बसला.

''तुम्ही अपरात्री कसे काय आलात? ही वेळ म्हणजे चोरांची, दरोडेखोरांची,'' शेठजी म्हणाले.

''शेठजी, मी सुद्धा एक दरोडेखोरच आहे. आज माझ्या सहकाऱ्यांबरोबर न येता एकटाच आलो आहे. दरोड्यापायी रोज जागरणं करून लेकरं दमली आहेत. मी त्यांना म्हटलं की लेकरांनो निवांत झोपा. आजचा दरोडा मी एकटाच घालतो. माझ्या दरोडेखोर सहकारी लेकरांना माझ्याशिवाय दुसरं कोण मायेचं माणूस आहे?''

''तुम्ही व्यवसायानं दरोडेखोर आहात, परंतु तुमचं बोलणं कसं, प्रेम, जिव्हाळा, वात्सल्य, मांगल्य, पावित्र्य, स्नेहभाव इत्यादी सद्‌गुणांनी युक्त आहे. दरोडेखोरांच्या तोंडी असलं बोलणं मी प्रथमच ऐकतो.''

''शेठजी मी दरोडेखोर असलो तरी एक मृदू हृदयाचा प्रेमळ, कनवाळू, मायाळू असा दरोडेखोर आहे. मी सभ्य, सुसंस्कृत दरोडेखोर आहे.'' दरोडेखोरानं आपला परिचय करून दिला.

''तुमच्या या उत्तररात्री झालेल्या शुभागमनाचं कारण मला कळेल काय?'' शेठजींनी विचारलं.

''मी तुमच्याकडे दरोडा घालण्यासाठीच आलो आहे,'' दरोडेखोरानं आपला हेतू सांगितला.

''अरे बाप रे! इतका साधुसंतासारखं बोलून शेवटी दरोडाच घालणार ना?'' शेठजी घाबरून म्हणाले.

''घाबरू नका. मी मर्यादित स्वरूपाचा दरोडा घालणार आहे. तुमच्यापैकी मी कुणालाही ठार मारणार नाही. मनुष्यवध केल्यास त्याला मरणोत्तर कुंभीपाक किंवा रौरव नामक नरकात टाकतात असे माझ्या कानांवर आलं आहे. पारलौकिक निवासाचाही आतापासूनच मी विचार करून ठेवल्यामुळे कुणालाही ठार मारण्याचं पाप करणार नाही.''

''दरोडे घालणार म्हणजे नेमकं काय करणार आहात?'' शेठजीनं विचारलं.

''सांगतो,'' दरोडेखोर म्हणाला, ''राजानं प्रजेपासून हळुवारपणे अत्यल्प कर घ्यावा असं मनुस्मृतीमध्ये सांगताना भगवान मनू म्हणतात, ''भुंगा फुलातील मध इतक्या हळुवारपणे काढून घेतो की, फुलाला ते कळतच नाही. तशा पद्धतीनं राजानं प्रजेकडून कर घ्यावा. मीही हेच तत्व कृतीत आणणार आहे. तुम्ही तुमची तिजोरी उघडी ठेवा. पेट्या उघड्या ठेवा, दागिन्यांचे डबे उघडे ठेवा आणि खुशाल झोपा.''

"सुसंस्कृतपणे दरोडा घालण्याची ही नवीन स्टाईल आहे काय?" शेठजींनी विचारलं.

"तसं काही नाही," दरोडेखोर म्हणाला, "मी सुद्धा मनुस्मृतीतील भ्रमर-पुष्प-मधु पद्धतीनं आणि राजा-प्रजा-कर ग्रहण पद्धतीनंच दरोडा घालणार आहे. सकाळी उठल्यावर, जणू काही दरोडा घातलाच नाही असं तुम्हाला वाटेल. इतक्या हळुवारपणे मी दरोडा घालणार आहे," दरोडेखोर म्हणाला.

"म्हणजे नेमकं काय करणार आहात?" शेठजींनी मोठ्या उत्सुकतेनं विचारलं.

"सांगतो," दरोडेखोर म्हणाला, "या तिजोरीमध्ये तिजोरीभर नोटाच नोटा आहेत. मी मात्र पाचशे रुपयेवाल्या नोटांच्या बंडलातून एकच नोट काढणार. याच पद्धतीनं शंभर, पन्नास, वीस, दहा, पाच, दोन आणि एक रुपयांची फक्त एकेकच नोट हळुवारपणे काढून घेणार आहे. नंतर या दागिन्यांच्या डब्यातली फक्त छोटीशी सोन्याची अंगठी हळुवारपणे काढून घेणार आहे. कमळाला ज्याप्रमाणे भुंग्यानं मध कसा काढून घेतला हे कळत नाही त्याप्रमाणे मी दरोडेखोररूपी भुंग्यानं तुम्हीरूपी कमळातून नोटा आणि अंगठीरूपी मध कधी काढून घेतला हे तुम्हीरूपी कमळाला कळणारसुद्धा नाही. दिवसा उमलणाऱ्या आणि रात्री मिटणाऱ्या पुंडरिकनामक कमळाप्रमाणे तुम्हीही डोळे मिटून झोपी जा. दरोडा घालून झाल्यावर मी तिजोरी, पेटी दागिन्यांचे डबे बंद करीन आणि जाताना बंगल्याचं दारही लावून घेईन."

दरोडेखोरानं खरोखरच बोलला तेवढंच घेतलं आणि शेठजींची झोपमोड होऊ नये म्हणून अलगद पावलांनी, बंगल्याचं दार पुढं ओढून प्रयाण केलं.

पाहिलात हृदय बदलल्याचा परिणाम? एक दरोडेखोर, कविमनाच्या सज्जनाचं हृदय बसवल्याबरोबर किती आदर्श, चारित्र्यसंपन्न, सुस्वभावी, प्रेमळ आणि कनवाळू दरोडेखोर झाला. माझ्या हृदयांच्या दुकानातून अनेकांनी आपली वापरून वापरून कंटाळा आलेली हृदये मला विकली आणि त्याच्या बदली त्यांना पाहिजे असलेली हृदयं खरेदी केली. टेंपररी बेसिसवर थोड्या दिवसांपुरती हृदयं भाड्यानं देण्याचीही सोय आहे. भाड्यानं देताना त्यांचं मूळ हृदय डिपॉझिट म्हणून ठेवून घेतो. कारण भाड्यानं घेतलेलं हृदय घेऊन तो पळून गेला तर काय करायचं? असो. मी सुरू केलेलं 'हृदयाचं दुकान' हे एकंदरीत असं आहे. या दुकानात एकच एकच किरकोळ उणीव आहे. ती म्हणजे माझं हे हृदयांचं दुकान माझ्या स्वप्नात असायच्याऐवजी प्रत्यक्ष सत्यसृष्टीमध्ये असायला पाहिजे होतं. चंगळ झाली असती.

◆◆◆

३

❋

नवरा : अजब रसायन

माणसाला अनेक नातेवाईक असतात. आई, वडील, आजोबा, आजी, काका, मामा, मावशी, भाऊ, बहीण वगैरे वगैरे. यादी खूप लांब होईल. शिवाय सगळ्यांनाच कमीजास्त प्रमाणात भरपूर नातेवाईक असतात. नातेवाईक ही एक अटळ गोष्ट आहे. ती टाळता येणं अगदी अशक्य आहे. फार तर ब्रह्मचारी किंवा कुमारी राहून बायको किंवा नवरा ही नाती आणि तदनुषंगिक थोडी नाती चुकवता येतील. नातेवाईकांची योजना परमेश्वरच करून ठेवतो. काही काही नातेवाईक तर आधीपासूनच जन्माला आलेले असतात आणि नंतर आपला जन्म होतो. नातेवाईक कसे असावेत याची निवड करण्याचं स्वातंत्र्यसुद्धा आपल्याला नसतं. तरी बरं, निदान मित्र तरी आपण निवडू शकतो. यासंबंधीचं एक वाक्य लक्षात ठेवण्यासारखं आहे. ते असं आहे: 'गॉड गिव्हज अस रिलेटिव्हज, थँक गॉड, वुई कॅन चूज अवर फ्रेंडस.' मित्रसुद्धा परमेश्वरानं दिले असते तर हा चुलत मित्र, हा मामे मित्र, ही मावस मैत्रीण असले प्रकार दिसले असते.

प्रत्येक नातेवाईकाचा थोडाफार ('फार' शब्द चुकून लिहिला गेला आहे.) उपयोग असतो,

तसाच प्रत्येक नातेवाईकाचा थोडाफार ('थोडा' शब्द चुकून लिहिला गेला आहे.) उपद्रवही असतो. उपयोग कोणकोणत्या नातेवाईकांचा असतो आणि उपद्रव कोणकोणत्या नातेवाईकांचा असतो हे प्रत्येकाला आपापल्या अनुभवावरून चांगलं माहीत असतं. घरोघरी हेच चाललेलं असतं. अगदी रामाच्या राजवाड्यातसुद्धा हेच होतं. दशरथ राजा, इंद्रालाही मदत करणारा शूर राजा होता, पण कैकेयीपुढं त्याचं काहीही चालत नसे. कौसल्या आणि सुमित्रा सज्जन होत्या, पण कैकेयी नंबर एकची वैतागवाडी होती. कुणाचा तरी दुराग्रह कुणाला तरी भोगावा लागतो. नातेवाईक म्हटलं, की सगळ्या कटकटी आल्या. 'एकमेकांचं एकमेकांशी पटत नाही, हे माहीत असूनही आयुष्यभर अट्टाहासानं धुसफुस करत एकाच घरात राहणारी माणसं म्हणजे नातेवाईक असं असलं तरीही नातेवाईक ही एक चिकट आणि चिवट जमात आहे. पटत नसलं तरी एकाच घरात राहतात.

सर्व नातेवाईकांचा शिरोमणी म्हणजे 'नवरा दि ग्रेट!' सगळे नातेवाईक परवडले, पण नवरा परवडत नाही. नवरा हा निराळाच प्राणी आहे. नवरा हे अजब रसायन आहे. नवऱ्याचा कितीही अभ्यास केला तरी पुन्हा पुन्हा काहीतरी नवीनच सापडतं. रामायण, महाभारत, ज्ञानेश्वरी या ग्रंथांचा आतापर्यंत हजारो लोकांनी अभ्यास केला. तरीही पुन्हा अभ्यास करणाऱ्याला पुन्हा काहीतरी नवीन सापडतं. म्हणून या ग्रंथांना 'नित्यनूतन' असं म्हटलं जातं. नवरासुद्धा असाच नित्यनूतन आहे. त्याचा कितीही अभ्यास करा, पुन्हा नवीन काही तरी सापडतंच. इतर नातेवाईकांचे मोजकेच स्वभाव असतात. उदाहरणार्थ, वडील. प्रेमळ, तापट किंवा शिस्तीचे असे मोजकेच स्वभाव वडिलांना असतात. आईच्या बाबतीत तर बोलायलाच नको. आई म्हटली, की ती प्रेमळच असली पहिजे. दुसरी बात नाही. सासूचंही तसंच. ती फक्त खाष्ट असते. मेहुणी भावोजींच्या बाबतीत जरा जादाच 'प्रेमळ' असते. नणंद, चहाडखोर असते. जाऊ आपल्या जावेच्या बाबतीत नवऱ्याचे कान फुंकणारी असते. शिवाय जावा आपापसात एकसारखी धुसफुस करत असतात. सवती एकमेकींच्या झिंज्या उपटून भांडणाऱ्या आणि नवऱ्याला वैताग आणणाऱ्या असतात. आजोबा आणि आजी हातात कसलीही सत्ता नसलेले प्रेमळ असे असतात. भाऊ-भाऊ एकमेकांचे मागल्या जन्मीचे वैरी असतात. काकू काकांना पढवून पढवून त्यांच्या भावाभावात भांडण लावून देणाऱ्या असतात. तात्पर्य काय, अन्य कोणतेही नातेवाईक घ्या. त्यांचे स्वभाव असतात. कावळ्यानं कावकावच करायचं, चिमणीनं चिचिवच करायचं, कुत्र्यानं भू:भू:च करायचं, गायीनं हम्बाच करायचं आणि शेळीनं बेबेंच करायचं हे निसर्गानंच ठरवून दिलं आहे. त्याचप्रमाणे वडील, आई, सासू, नणंद, जाऊ, सवत वगैरे नातेवाईकांचे स्वभावाही निसर्गानंच

ठरवून दिले आहेत. त्यात स्वत: होऊन हे नातेवाईक फारसा बदल करत नाहीत. निसर्गानं नेमून दिलेल्या स्वभावात उगीच कशाला ढवळाढवळ करा, असाच या सर्व नातेवाईकांचा सर्वसाधारण कल असतो.

नवरा हा नातेवाईक मात्र एकमेव निराळा प्राणी आहे. परमेश्वरानं ओव्हरटाइम करून घडवलेल्या या प्राण्याचे स्वभाव किती म्हणून सांगावेत? मनुष्यप्राण्याचे जेवढे म्हणून स्वभाव असू शकतात त्या प्रत्येकाचा एक एक नमुना महाभारतात आहे. महाभारतात नसलेल्या स्वभावाचा मनुष्य, बाहेर जगात असूच शकत नाही. सगळे स्वभाव महाभारतात एकत्रित झाले आहेत. (कमाल आहे व्यासांची !) नवरा म्हणजेसुद्धा एक प्रकारचं महाभारतच आहे. माणसाचे जास्तीत जास्त स्वभाव एका कागदावर लिहीत बसा. लिहून झाल्यावर त्यातला एकेक स्वभाव उचला आणि एकेका नवऱ्याला लावा. बरोबर फिट बसतो. इतक्या स्वभावांचा नवरा हा नातेवाईक असतो. 'ऑल इन वन' असंच म्हणा ना. याबाबतीत परमेश्वरालासुद्धा मानलं पाहिजे. (दोन्ही कानांची खालची टोकं दोन बोटांच्या चिमटीनं धरून, 'मान लिया' असं तुम्हीही म्हटलं तरी चालेल.) प्रत्येकाला एक-एक स्वभाव देणं निराळं. हे काम परमेश्वराराच्या फॅक्टरीमधला ऑर्डिनरी वर्करसुद्धा नेहमीच्या प्रॅक्टिसनं सहज करू शकेल. परंतु नवरा नामक एकाच नातेवाईकाच्या ठिकाणी सर्वच्या सर्व मानवी स्वभाव कोंबून कोंबून बसवणं हे अतिशय कठीण काम केवळ परमेश्वरच करू जाणे. म्हणून तर परमेश्वर ग्रेट आहे.

नवरा हा खरोखरच अभ्यास करण्यासारखा नातेवाईक आहे. प्रत्येक पत्नीच्या नशिबी कसला ना कसला नवरा वाढून ठेवलेला असतो. त्याच्याशी एकतर्फी जमवून घेणं एवढंच बायकोला शक्य असतं. घटस्फोट घेतला तर हाच नवरा दुसऱ्या स्त्रीच्या नशिबी नवरा या नात्यानंच येतो. बायको बदलली म्हणून, नवऱ्याचा स्वभाव थोडाच बदलतो? तरीही जगात सतत लग्नं होत असतात. लग्न केलेल्या बायकांचे, नवऱ्याविषयीचे अनुभव माहीत असूनही, अजून लग्न न झालेल्या स्त्रिया लग्नं करतच राहातात. मिरच्यांचा ठेचा तिखटजाळ असतो तरीही तो हा हा हा करत खाण्यात एक प्रकारचा चमत्कारिक आनंद असतो. केशर महाग असतं तरीही ते कडू असतं या केशराचा कडूपणासुद्धा रमणीय वाटतो. नवऱ्याचंही असंच असतं नवरा कसला का नशिबी येईना, पण आपल्यालाही नवरा नावाचा एक नातेवाईक जनरीतीप्रमाणे असावा असं स्त्रियांना वाटत असतं. हिंदी सिनेमातली हिरॉईन आपली कार घेऊन एकटीच कुठंतरी आडरानात जाऊन कडमडते. तिथं नेमका प्राण, प्रेम चोपडा, गुलशन ग्रोव्हर यांच्यापैकी कुणीतरी एक व्हिलन उपटतो. तो त्या हिरॉइनशी बलात्कारपूर्व अतिप्रसंग करतो. हे सगळं माहीत

असूनही त्याच्या पुढच्या हिंदी सिनेमातही ती ठकी पुन्हा एकटीच कार घेऊन आडरानात जाते. तिकडून प्रेम चोपडा व्हिलन येतो. अतिप्रसंग करतो. नंतर त्यापुढच्या तिसऱ्या हिंदी सिनेमातही हीच पेटंट चित्तरकथा होते. नंतर निघालेल्या चौथ्या हिंदी सिनेमातली हिरॉइन- त्यानंतरच्या सिनेमात आणि त्याच क्रमानं शंभराव्या हिंदी सिनेमातली हिरॉइन, व्हिलनकडून अतिप्रसंग करवून घ्यायला त्याच आडरानात येत राहते. हे जे 'रिपीटीकरण' आहे ना तसलंच रिपीटीकरण स्त्रिया नवरा मिळण्याच्या बाबतीत करत असतात. आधीच्या नवरा असलेल्या स्त्रियांचे अनुभव लक्षात घेऊन अविवाहित स्त्रियांनी खरं म्हणजे सावध व्हायला पाहिजे. पण प्रत्येक स्त्रीला केशराचा कडूपणा चाखावा असं वाटतं तसंच आपल्यालाही नवऱ्याचा कडूपणा अनुभवायला मिळावा असं वाटत असतं.

याला अपवाद एक स्त्री निघाली. तिचं नाव कुमारी (कुमारीच की!) अंबू उपाशी आहे. (उपाशी हे अंबूचं विशेषण नसून आडनाव आहे. तसं विशेषणसुद्धा म्हटलं तरी चालेल.) या कुमारी अंबू उपाशी हिनं मात्र लग्नच करायचं नाही अशी घोर प्रतिज्ञा केली. (स्त्रियांमधली भीष्माचार्य! भीष्माचार्यांनीही हीच प्रतिज्ञा केली होती. झाली पाच हजार वर्ष त्या गोष्टीला! मधल्या पाच हजार वर्षांत इतकी सॉलीड प्रतिज्ञा कुणी केल्याचं ऐकिवात नाही. समर्थ रामदाससुद्धा बोहल्यावरून नुस्ते पळून गेल्याचे उल्लेख सापडतात, प्रतिज्ञेचे नाहीत.) कुमारी अंबू उपाशीनं लग्न करून स्वत:चा असा नवरा केला नाही म्हणून काय झालं? तिनं नवरा हाच विषय तिच्या संशोधन कार्यासाठी निवडला. कुमारी अंबू उपाशी (यापुढं नुस्तीच अंबू) एम.ए. पी. एच. डी. आहे. ती आपलं नाव डॉ. कु. अंबू उपाशी असं लिहिते. (चावट लोक 'डाकू अंबू उपाशी' असा उच्चार करतात. कुमारी राहून डॉक्टरेट मिळवायची म्हणजे जोक नाही, पण चावट लोकांचं तोंड कोण धरणार!)

अंबूचं वय आजमितीला तेहतीस आहे. सध्या ती 'पोस्ट डॉक्टरेट रिसर्च' करत असते. (जाता जाता: गुजराती भाषेत नवरा म्हणजे रिकामा. 'हूं नवरो छे' म्हणजे 'मी रिकामा आहे.' मराठीत मात्र नवरा रात्रंदिवस बीझी असतो आणि अंबूसारखी स्त्री मात्र नवरी छे!) तिचा डॉक्टरेटचा, पोस्ट डॉक्टरेट रिसर्चचा विषय कधीही न संपणारा आहे. विषय एकाच शब्दाचा आहे. तो शब्द मात्र एक्सप्रेस पावरबाज आहे. तो शब्द आहे, 'नवरा!'

अंबू घरची श्रीमंत आहे. म्हणून तिला हे पोस्ट-पोस्ट-पोस्ट रिसर्च जमतं. स्कॉलर स्त्रियांनी दिसावं तशीच अंबूही दिसायला 'सो सो'च आहे. नाकावर म्हशीनं चुकून कधीतरी पाय दिला होता असं वाटावं इतपत चपटं (किंवा नकटं), जाड भिंगांचा चष्मा. (काचेचं पेपरवेट थोडंसं घासल्यावर जेवढं चपटं होईल एवढी

जाड भिंग) गोल गोल गाल (गालात गुलाबजाम किंवा रसगुल्ले ठेवल्यासारखे- पण ते नसूनही तसेच तिचे गाल, गोल गरगरीत दिसतात.) सावळा रंग, (घराणं देशस्थाचं, ती तरी काय करणार?) साडीसुद्धा गोल, गोल, गोल. ब्लाऊज- पोट प्रदेशही झाकणारा, वर गळा बंद, हस्तप्रदेशात कोपरापर्यंत हात झाकलेलं. (थोडक्यात, म्हणजे सत्तर सेंटिमीटर कापडात न बसणारा आणि एक मीटर वीस सेंटिमीटर कापडात बसणारा) हातात पुस्तकं आणि कागदाचे ढिगारे असं हे डॉक्टर कुमारी अंबू उपाशी हिचं साजिरं गोजिरं रुपडं आहे. (असो! असो! आपल्याला (म्हणजे कोणत्याही पुरुषाला) थोडंच तिच्याशी लग्न करायचं आहे? त्यातूनही आपण ढीग लग्न करायला तयार होऊ. पण तिनं करायला पाहिजे ना?)

अंबूनं नवऱ्यांचं जे रिसर्च केलं आहे, त्याचा थोडक्यात परिचय करून देत आहे. इथल्या विद्यापीठातून पीएच. डी. होण्यासाठी तिनं 'ए हजबंड : डीटेल ॲण्ड डीप स्टडी' हा विषय निवडला होता. त्याप्रमाणे तिनं नवऱ्यांचा सविस्तर आणि खोल (सखोल म्हटलं तरीही चालेल.) अभ्यास केला होता. देशी नवऱ्यांचा डीटेल आणि डीप स्टडी केल्यानंतर अंबू अमेरिकेत आणि इंग्लंडमध्ये गेली. कारण तिला नवऱ्यांचा 'फर्दर स्टडी' करायचा होता. कशाचाही फर्दर स्टडी करायचा असला की, इंग्लंड अमेरिकेला जाणं भागच असतं. कारण सगळ्या ज्ञानांचं फर्दर असतं ना ते त्या दोन देशांत ठासून भरलेलं आहे. (उद्या कुणी एखादा जोशी-कुलकर्णी मराठी भाषेचा फर्दर स्टडी करायला इंग्लंड-अमेरिकेत गेला तर आश्चर्य वाटायला नको. कारण सगळं फर्दर तिकडेच आहे. एखादा अमेरिकन प्रोफेसर ऑफ मराठी लँग्वेज, जोशी-कुलकर्णीला मराठीचं मोठेपण इंग्लिशमधून सांगेल. कारण फर्दर स्टडीला फक्त इंग्लिश भाषाच येते. प्रोफेसर म्हणेल, 'दि ग्रेट सेंट जानेस्वरा सेज इन हिज जानेश्वरी : माय मराठी लँग्वेज इज सो स्वीट ॲण्ड इट वुईल डिफीट दि नेक्टर', (बिफोर फर्दर स्टडी : माझा मराठीची बोल कौतुके परि अमृताते पैजा जिंके.)

फर्दर स्टडीचं हे महत्त्व लक्षात घेऊनच अंबू इंग्लंड-अमेरिकेतल्या नवऱ्यांचा फर्दर स्टडी करायला गेली होती. तिकडे तिनं तिकडच्या नवऱ्यांचा खूप फर्दर स्टडी केला. पुष्कळ टिपणं काढली. विविध निष्कर्ष काढले. अंबू एका टिपणात म्हणते, "केवळ रामभाऊ सीताकाकूंना मारतात, शंकरराव पार्वतीबाईंना मारतात, शिरपती धुर्पदाला मारतात, म्हादू सखूला मारतो, सुनील सुप्रियाला मारतो असं नाही, तर तिकडे इंग्लंड-अमेरिकेतसुद्धा अलबर्ट अँजेलाला मारतो, बेंजामिन बेलाला मारतो, सेसिल सेसिलियाला मारतो, डेव्हिड डॉलीला मारतो, एडवर्ड एलिझाबेथला मारतो, 'अे'नं सुरू होणाऱ्या जोडप्यांपासून झेवियर-झोपर्यंत तिकडचे

नवरे आपल्या बायकोला इकडच्या आर्य नवऱ्यांप्रमाणंच मारतात. त्यामुळे साहेब नवरेसुद्धा तसलेच! सगळे नवरे एकाच माळेचे मणी असतात.

नवरा या नातेवाईकाबद्दल तिनं खूप अभ्यास केला. अनेक पत्नींच्या मुलाखती घेतल्या. निरनिराळ्या नवऱ्यांना प्रत्यक्ष भेटल्या. त्यांना अनेक प्रश्न विचारले. त्यांनी दिलेली मासलेवाईक, तऱ्हेवाईक उत्तरंसुद्धा अंबूनं टिपून घेतली. तुम्हाला आश्चर्य वाटेल, दररोज पाच ते सहा नवऱ्यांना भेटण्याचा परिपाठ तिनं सतत पाच वर्षं केला. या कालावधीत अंबूनं एकूण दहा हजार नवऱ्यांना भेटणं म्हणजे जोक नाही. कितीतरी बायकांना स्वत:चा नवरासुद्धा नियमितपणे रोजच्या रोज भेटत नाही. (कुठं गोमयभक्षण कार्याला जात असतो, कुणास ठाऊक) नवरा हा एकंदरीत बाहेर बाहेर करणारा प्राणी आहे. त्याला घरापेक्षा बाहेर फार आवडतं. (बाहेरख्याली हा शब्द त्यामुळेच रूढ झाली असावा.) बाहेर जाण्यासाठी आधी घर असावं लागतं. म्हणून तो आधी थोडावेळ घरी येतो आणि नंतर लगेच बाहेर जातो. असाही एक निष्कर्ष अंबूनं आपल्या टिपणात नमूद करून ठेवला आहे.

एका टिपणामधे अंबू म्हणते, 'नवरा हा पाऱ्याप्रमाणे चंचल आहे. हातात धरायला गेलं की तो लगेच सटकतो.' नवऱ्याच्या या स्वभावाबद्दल एक घरगुती उपमा देऊन अंबू म्हणते, 'नवरा मोड आलेल्या वालासारखा असतो. टरफलं काढण्यासाठी दोन बोटांच्या चिमटीत धरल्यावर टरफल हातात राहातं आणि वाल उडी मारून निसटतो. नवरासुद्धा घरातून याच चपळाईनं निसटत असतो.'

एका टिपणात अंबू म्हणते, 'नवरा हा वाट बघण्याचा प्राणी आहे. तो मिळेपर्यंत, तो कधी मिळेल याची वाट बघावी लागते आणि मिळाल्यावर (दररोज) तो आज कधी घरी परत येईल याची वाट बघावी लागते. वाट बघायला लावणं हा नवऱ्याचा स्वभावधर्मच आहे. त्यामुळेच तर 'वाट पाहत मंदिरी मी प्रहर एक जाहला किंवा पाहू रे किती वाट किंवा पाहूनिया वाट शिणले डोळुले', असली गाणी तयार झाली आहेत. जगातल्या सगळ्याच बायकांना आपल्या नवऱ्याची वाट पाहावी लागते.

वाट पाहण्याच्या संदर्भात अंबूनं एक उलटा निष्कर्षही काढला आहे. नवरा, बायकोची वाट वगैरे बघत नाही. नवरा त्या बाबतीत बेफिकीर असतो. होणाऱ्या उशिराच्या टप्प्यानं तो आपले अंदाज बदलत जातो. तासभर तर तो वाटच पाहत नाही. मग त्याला वाटतं, तिची मैत्रीण भेटली असेल, पण तीन-चार तास झाल्यावरही आली नाही तर नवऱ्याला वाटतं, रिक्षाची धडकबिडक लागून अपघात झाला असेल. त्याच रिक्षावाल्यानं तिला डॉक्टराकडे पोहोचवलं असेल, ड्रेसिंग बिसिंग करायला वेळ लागला असेल आणि जर का ती पाच सहा तास

होऊन गेले तरी परतली नाही, तर मात्र बायको नक्की शॉपिंगलाच गेली असली पाहिजे अशा निष्कर्षाप्रत नवरा येतो.''

अंबूनं नवऱ्यांबद्दलचं असंही मत व्यक्त केलं आहे. नवऱ्याबद्दल तिनं विलक्षण टिपणं काढली आहेत. एका टिपणात ती म्हणते, 'नवरा हा सतत डोळ्यात तेल घालून जपायचा प्राणी आहे.'' (सध्याचे- १९९४ चे गोड्या तेलाचे भाव धारा अठ्ठेचाळीस रु. लिटर, रिफाइन्ड तेल : पंचावन्न रूपये किलो, रॉकेट गोडं तेल : चव्वेचाळीस रु. किलो, सुटं गोडंतेल : चाळीस रु. किलो हे भाव निरनिराळ्या ठिकाणी आणि निरनिराळ्या दिवसात, सबजेक्ट टू चेंज, असे आहेत. बायकांनो, नवऱ्यांवर पहारा करण्यासाठी डोळ्यात किती तेल घालणार?) ती पुढं म्हणते, 'तेल घातलेले डोळेही चुकवून नवरा सटकतो. म्हणून नवरा बंदिस्त करून ठेवला पाहिजे. बँकेत मौल्यवान वस्तू, दागिने वगैरे ठेवण्यासाठी सेफ डिपॉझिट व्हॉल्टस असतात. त्याच पद्धतीनं बँकांनी नवरे मावतील एवढ्या आकाराचे सेफ डिपॉझिट व्हॉल्टस् तयार करावेत. म्हणजे बायका आपापल्या नवऱ्याला तिथं कुलुपात ठेवून निश्चिंत राहतील. नवऱ्याची गरज लागेल तेव्हा घरी आणावं, न्हाऊमाखू घालावं, फार तर गोडधोड खाऊ घालावं, थोडावेळ प्रेम वगैरे करावं आणि सगळं करून झाल्यावर नवऱ्याला पुन्हा सेफ डिपॉझिट व्हॉल्टमध्ये नेऊन ठेवावं. बँकांनी ही सोय केली तर बायकांची केवढी काळजी मिटेल.'

एवढं सांगून झाल्यावर अंबू याच टिपणात पुढं असं म्हणते, 'लॉकर्सची किल्ली घालण्यासाठी जे छिद्र असतं ते असू नये. दुसरी पद्धत असावी. कारण, दुसऱ्या बायका आपल्या नवऱ्यांना न्यायला येतील तेव्हा लॉकर्समधले नवरे त्या छिद्रातून एक डोळा मिटून त्या बायकांकडे एकटक बघत बसतील. या बघण्याचा कुणालाही संशयसुद्धा येणार नाही. कारण हे नवरे लॉकरमधे पॅकबंद असतात. चावट नवरे (चावट शब्द चुकून पडला. नवरा म्हटला की त्यात हा शब्द समाविष्ट असतो.) ही चोरून परस्त्रियांकडे बघण्याची संधी सोडणार नाहीत.'

अंबूनं नवऱ्यांचा किती सखोल आणि फर्दर स्टडी केला आहे हे यावरून स्पष्टपणे दिसून येईल. नवऱ्यांना सेफ डिपॉझिट लॉकर्समधे ठेवण्याची फँटॅस्टिक कल्पना कुणाला तरी सुचेल काय?

आणखी एका टिपणात ती म्हणते, 'नवऱ्याला नेहमी, 'देखणी बायको दुसऱ्याची' असं वाटत असतं. समोरासमोरून दोन जोडपी येत असतील, बिचाऱ्या बायका फक्त एकमेकींच्या साड्यांकडे पाहतात, पण नवरे (चावट शब्द समाविष्ट) मात्र एकमेकांच्या बायकोकडे जमेल तितकं भराभरा पाहून घेतात. जन्मजात खोडच ती! अशी थोडीच जाणार आहे?'

अंबूनं दहा हजार नवऱ्यांचा अभ्यास करून फार मोठं कार्य केलं आहे. तिचा हा कर्मयोग अक्षरश: निष्काम कर्मयोग आहे. कारण दहा हजार नवऱ्यांचा अभ्यास करताना तिनं एकाही नवऱ्याची अपेक्षा केली नाही, याला निष्काम कर्मयोग म्हणायचं नाही तर काय म्हणायचं? अनेक बायकांनी स्वत:च्या नवऱ्याचा फार तर सविस्तर अभ्यास केला असेल. काहीजणींनी माहितीतल्या अन्या दहा-पाच नवऱ्यांचा (योग्य अंतरावरून) अभ्यास केला असेल. पण दहा हजार नवऱ्यांचा अभ्यास म्हणजे खायची गोष्ट नाही. काही काही बायका अशा वेगळ्या असतात, की त्या स्वत:च्या नवऱ्याचासुद्धा नीट अभ्यास करत नाहीत. कुमारी अंबूनं समस्त स्त्रीजातीवर केवढे मोठे उपकार करून ठेवले आहेत. प्रत्येक विवाहित स्त्रीला आपला नवरा कोणत्या वर्गात मोडतो हे पाहण्याची चांगली सोय झाली आहे.

डॉक्टर कुमारी अंबू उपाशी हिनं ज्या दहा हजार नवऱ्यांचा अभ्यास केला आहे, त्याची स्थूलमानानं केलेली वर्गवारी अशी आहे: देशवार वर्गीकरण- या वर्गीकरणात भारतीय नवरे, इंग्लिश नवरे, अमेरिकन नवरे, जर्मन नवरे, फ्रेंच नवरे, दक्षिण कोरियन नवरे, आफ्रिकन नवरे वगैरे. दुसरं वर्गीकरण राज्यवार आहे. शरीराच्या आकारमानावरूनही नवऱ्यांची वर्गवारी केली आहे. ताडमाड उंच नवरा, उंच नवरा, मध्यम उंच नवरा, बुटका नवरा, हाडकुळा नवरा, लठ्ठ नवरा, ढेरपोट्या नवरा, खप्पड गालांचा नवरा, टक्कल पडलेला नवरा, पोक आलेला नवरा वगैरे.

याशिवाय नवऱ्यांच्या स्वभावानुसार तिनं केलेलं वर्गीकरण तर अफलातून आहे. नुस्ती झलक पहा. प्रेमळ नवरा (क्वचित), रागीट नवरा, तापट नवरा, संतापी नवरा (यात सूक्ष्म छटा आहेत.) बावळट नवरा, नेभळट नवरा, पुळचट नवरा, खुळचट नवरा, पोचट नवरा, बुळा नवरा, खुळा नवरा, शहाणा नवरा, वेडा नवरा, बाईलवेडा नवरा, चावट नवरा, सभ्य नवरा, आळशी नवरा, कामचुकार नवरा, बेरकी नवरा, शूर नवरा, सज्जन नवरा, चालू नवरा, थापड्या नवरा, भंपक नवरा, मारकुटा नवरा, भोंगळ नवरा, भेकड नवरा, होयबा नवरा वगैरे वगैरे सुमारे पाचशे प्रकारचे स्वभाव वर्गीकृत नवरे तिनं सांगितले आहेत. शेवटी डॉक्टर कुमारी अंबू उपाशी हिनं असा निष्कर्ष काढला आहे की, नवरा हे एक अजब रसायन आहे. (हुश्श! दमले ग बाई ह्या नवऱ्यांच्या पायी!)

◆◆◆

४

'डॉक्टर' ग्रस्त एक पेशंट

हल्ली वैद्यकीय शिक्षण फार महाग झालं आहे. लाखांनी रुपये मोजावे लागतात. बाप मंडळी लेकरांसाठी तेवढे पैसे भरतातही. नशिबानं प्रवेश मिळतो. पुढं तो मुलगा डॉक्टर झाल्यावर मिस्टर नशीब पेशंटकडे मुक्कामाला येतं. कारण जगणं वाचणं या डॉक्टराच्या हातातून पेशंटच्या नशिबात जाऊन बसलेलं असतं. खरं म्हणजे एवढा प्रचंड खटाटोप करुन, लाखो रुपये खर्चून, पेशंटला इहलोक ते परलोक हा वायुमार्गाचा प्रवास कमीत कमी अवधीत घडवणं एवढंच काम हे डॉक्टर करतात. फार खर्चाचं आणि पेशंटच्या जिवावर बेतणारं हे प्रकरण आहे. असं असलं तरी लोक नेहमी याच मार्गाने जातात. वैद्यकीय क्षेत्रातले मार्ग सार्वजनिक बांधकाम खात्याच्या मार्गापेक्षा वेगळ्या धर्तीचे असतात. पहा : १) जीवनाचा मार्ग मरणाच्या मैदानातून जातो. २) मरणाचा मार्ग सार्वजनिक हॉस्पिटलमधून जातो. ३) मरणाचा मार्ग चुकीच्या इंजेक्शनच्या सुईतून जातो. ४) मरणाचा एक मार्ग नव्या डॉक्टरचा गाफीलपणा असा जातो तर ५) आता बरं वाटतं म्हणून पेशंट घराच्या मार्गानं जाणार एवढ्यात नवपदवीप्राप्त डॉक्टर आल्यामुळे पेशंटला ट्रॅक

बदलून अंतरिक्षमार्गे स्वत:च्या घराऐवजी 'निज-धामा'ला जावं लागतं.

खरं म्हणजे हे सगळं व्यर्थ आहे. समाजामधले शेकडो लोक स्वयंभू डॉक्टर असतात याचा सरकार, विद्यापीठ, वैद्यकीय महाविद्यालये, पालक, पाल्य आणि एकंदरीत जनता-पब्लिक यांच्यापैकी कुणालाही पत्ता नसावा याचं आश्चर्य वाटतं. स्वयंभू डॉक्टर असंख्य असताना मेडिकल कॉलेजच्या प्रवेशासाठी धडपडणे खरं म्हणजे वेळ, पैसा, शक्ती वाया घालवणं होय. समाजात काही शहाणे लोक असल्या फंदात पडत नाहीत. ते आपला वैद्यकीय अभ्यासक्रम स्वत:च ठरवतात (स्वयंभू शहाणे ना?) आणि स्वत:च 'नेव्हर वॉज युनिर्व्हसिटी'ची एफ.डी.ए. ही पदवी स्वत:च्या कॉन्व्होकेशन हॉलमध्ये कल्पनेनं जाऊन प्राप्त करतात. एफ.डी.ए. ही पदवी फार फार भारी आहे. या पदवीपुढे एम.डी., एम.एस. या पदव्या म्हणजे हत्तीपुढं उंदराचं पिल्लू. पदवीचं पूर्ण रूप ना? सांगायचं राहूनच गेलं, एफ.डी.ए. म्हणजे 'फादर ऑफ धन्वंतरी अँड अश्विनीकुमार' देवांचे डॉक्टर असलेल्या या तिघांचे पिताश्री म्हणजे एफ.डी.ए. हे एफ.डी.ए. डॉक्टर असतात ना यांचा 'फिरता' हा शब्द काल्पनिक आहे आणि 'दवाखाना' हा शब्दही काल्पनिक आहे. डॉक्टर असलेली व्यक्तीच दवाखानाही तेच. डॉक्टर घरोघर फिरत असतात म्हणून त्यांनाच उद्देशून फिरता दवाखाना म्हणायचं.

एवढं प्रास्ताविक पुरे. कथेच्या शीर्षकाचं पोस्टमार्टेम करू. डॉक्टर शब्द एकेरी अवतरणात आहे. म्हणजे हे 'डॉक्टर' विशेष कुणीतरी आहेत असा बोध होतो. विशेष म्हणजे काय? याचं उत्तर याच शीर्षकात आहे. 'डॉक्टरला' चिकटूनच 'ग्रस्त' हा शब्द स्वत:ही ग्रस्त होऊन बसला आहे. खरं म्हणजे स्वत:च ग्रस्त झालेला ग्रस्त शब्द, 'एक पेशंट'शी संबंधित आहे. आता पुढील खुलासा 'डॉक्टर'मुळे पेशंट ग्रस्त होतात. हा एक अर्थ आणि पेशंट एक आणि डॉक्टर एकशे एक असा प्रकार झाल्यावर, अशा वेळीही 'डॉक्टरग्रस्त पेशंट' असंच म्हणावं लागतं.

सर्वश्रेष्ठ मुद्दा : 'डॉक्टर' ग्रस्त एक 'पेशंट' म्हणजे दुसरा तिसरा कुणी नसून मी स्वत: आहे. पेशंट एक आणि 'डॉक्टर' एकशे एक असं प्रचंड व्यस्त प्रमाण पडतं. पण नेव्हर वॉज युनिर्व्हसिटीचे हे 'एफ. डी. ए.' डॉक्टर फार फार झाल्यामुळे असं व्यस्त प्रमाण पडणं अपरिहार्य आहे. हे एफ. डी. ए. आपला 'फिरता' दवाखाना जिभेच्या टोकावर ठेवून घरोघर फिरत असतात. धन्वंतरी आणि अश्विनीकुमार यांचे बाप असलेले हे, यांना येऊ नका असं तरी कसं सांगायचं? बोलावल्याशिवाय जायचं आणि 'वैद्यकीय' सल्ला द्यायचा हा त्यांचा व्यवसाय असतो.

माझी प्रकृती धडधाकट आहे. काही धाड भरली नाही. परंतु माणूस आहे.

हवापाण्यात बदल झाला, पावसात भिजलो, श्रम जास्त झाले तर किरकोळ एक-दोन दिवस आजारी पडतो. एरवी मी चक्क धडधाकट आहे. शपथ! परंतु नेमकं नाक सूं सूं सूं करायला लागलं, किंवा चुकून कशामुळे तरी एखादी शिंक आली किंवा शेजारी काहीतरी तळत असल्यामुळे खोकला आला तर नेमकं अशा वेळीच एफ.डी.ए. स्वयंभू डॉक्टर माझ्या घरी कडमडतात.

''काय विनायकराव (मीच! दुसरा कोण असणार?) नाक सूं सूं सूं करतं.''

''किरकोळ आहे.'' मी म्हणालो.

''तरीही तुम्ही, एम.डी., एफ.आर.सी.एस., फॉरिन रिटर्न डॉक्टरकडे जाणार. ते तुम्हाला हॉस्पिटलमध्ये ॲडमिट करणार, तुमच्या दहा-बारा चाचण्या घेणार, सलाईन लावणार, चार-सहा इंजेक्शन देणार, पाच-सहा वेळा गोळ्या देणार, नाडी तपासणार, बी.पी. चेक करणार, टेंपरेचर बघणार, ही नाटकं दिवसा आणि रात्री सतत होत राहणार. हे असं पाच सहा दिवस चालणार. तिथल्या रूमचं रोजचं भाडं चार साडेचारशे रुपये भरत राहणार. तुम्हाला बऱ्यापैकी 'पिळून' काढल्यावर मग तुम्हाला घरी जायला परवानगी मिळणार. घरी गेल्यावर असं लक्षात येतं की, आपल्याला लागोपाठ आलेल्या तीन शिंकांची किंमत ६६६६ रुपये इतकी आहे. म्हणजेच एकेक शिंक २२२२ रुपयांना पडली.'' या धन्वंतरी-पिताश्रींचं नाव भाऊराव धोपटकर. घरोघर जाऊन फुकट वैद्यकीय सल्ला देत असतात. जन्मले तेव्हा चार चौघांसारखे लहान मूल म्हणून जन्माला आले नसून डॉक्टर म्हणूनच जन्माला आले. मातोश्रींच्या पोटात स्टेथॉस्कोप ठेवायला जागा नव्हती आणि प्रसूतीच्या वेळी अडथळा झाला असता म्हणून परमेश्वरालाच काळजी! नाही तर भाऊराव स्टेथॉस्कोपसहच जन्माला आले असते.

''विनायकराव, मी वेळेवर आलो बरं झालं,'' भाऊराव म्हणाले, ''नाही तर तुम्ही स्वत:हून स्वत:ला हॉस्पिटलमध्ये ॲडमिट करुन घेतलं असतं.''

''दोन तीन शिंका आल्या. तेवढ्यासाठी हॉस्पिटलमध्ये कशाला जायचं?'' मी म्हणालो.

''निदान फॅमिली डॉक्टरकडून तीन चार सुया टोचून घेणार. पन्नास पाऊणशे रुपयांच्या गोळ्या आणणार.'' भाऊराव बडबडत होते. ''ऑफिसला निघालो.'' असे सांगून कटवावं म्हटलं तर नेमका रविवार होता. त्यामुळे दोन तास छळ सहन करावा लागणार.''

''विनायकराव तुम्ही काय करा, आपली तुळशीची पाने असतात ना, फक्त तीन पाने घ्या. फक्त तीन म्हणजे तीनच घ्या. पानं मोठी आणि टवटवीत असावीत देठासहीत. 'सदेठतुळसीपत्रयम' असं आयुर्वेदात म्हटलं आहे. मग काय करा,

साधारण तांब्याभर पाणी घ्या. ते पाणी पातेल्यात ओता. त्या पाण्यात सदेठ तीन तुळसीपत्रं टाका. पातेलं गॅसवर ठेवा आणि आटून आटून निम्मं झालं म्हणजे गॅस बंद करा. खरं म्हणजे आयुर्वेदाच्या दृष्टीनं हे पाणी पारंपारिक पद्धतीच्या चुलीवर उकळवणे योग्य होय. कारण लाकडाच्या ज्वालांमध्ये आयुर्वेदिक गुणधर्म असतात. परंतु कामचलाऊ पर्याय म्हणून गॅस ठीक आहे. तर, पुढं काय करा, हे तुळसीपत्रजल आहे ना, हे तासातासानं तीन तीन चमचे प्राशन करा- हे तुळसीजल संपेपर्यंत. मग बघा. सूंसूंसूं, सूंबाल्या करून कुठल्याकुठं पळून जाईल. पुढील आयुष्यभर, तुमच्या नाकाला, सूंसूंसूं नसल्यामुळे एकटं एकटं वाटायला लागेल. मी उद्या सकाळी पुन्हा येतो. 'मानवी जीवनात तुळशीचं अनन्यसाधारण स्थान' यावर मी तुम्हाला साधारण दोन तास ज्ञानामृत पाजणार आहे.''

दुसरे दिवशी भाऊराव पहाटे पाचलाच आले आणि म्हणाले,''आज सोमवार, तुम्हाला ऑफिस आहे. जायचा खोळंबा होऊ नये म्हणून पहाटे आलो आहे.'' असं म्हणून भाऊरावांनी नाक या विषयावर बोलून मला अक्षरश: हैराण केलं. पाच ते सात एवढा वेळ छळ करुन गेले. जाता जाता म्हणाले, ''तुमचं उरलेलं आयुष्य शंभर वर्ष पूर्ण होईपर्यंतच असेल तर तोपर्यंत तुम्हाला सरदी, पडसं, नाक गळणं, सूंसूंसूं वगैरे वगैरे कायमचं बंद होईल. तुमच्या प्रमाणेच रावणाच्या दहा नाकांना सरदी झाली होती तेव्हा मंदोदरीने दहा तांबे पाणी मोठ्या पातेल्यात घेऊन त्यात तीस सदेठ तुळसीची पानं टाकली होती. निम्मं पाणी आटल्यावर मंदोदरीनं रावणाला प्रत्येक नाकाच्या वाटणीचं तीन तीन संध्या-पळी-पात्रं भरून ते तुळसीजल प्राशन करायला दिलं. अशा प्रकारे रावणाच्या दहा नाकांची सरदी एकदम नाहीशी झाली. रावणानं लंकेतील शंभर ठिकाणी तुळसीची लागवड केली. तर विनायकराव, तुम्ही आज हे औषध घ्या आणि उद्या बघा. नेहमीचा सूं सूं सूं आवाज बंद झाल्यामुळे तुम्हाला चुकल्या चुकल्या सारखंच वाटेल.'' असं सांगून भाऊराव गेले. (पर्यायी शब्द-पीडा गेली.)

दुसरे वैद्यपंचानन गुंडुराव गुडाकोशी. स्वयंभू डॉक्टर. कोणताही आजार असू दे. गुंडुरावांचं औषध लगेच तयार. 'तुम्ही काय करा,' हे मंगलाचरण उच्चारून, इथं औषध योजना प्रारंभ. ते आले तेव्हा घशात काही तरी अडकलं म्हणून मी खाकरत, खोकत होतो. झालं! गुंडुरावांना 'आजार' सापडला. ते म्हणाले, ''विनायकराव, तुम्ही नुसतं खाकरत नाही आणि नुसतं खोकतही नाही. प्रकरण गंभीर आहे. तुम्ही काय करा, प्रत्येकी तीन तीन उपपानं असलेली बेलाची अकरा पानं घ्या. बेल आणि अकरा पानं दोन्ही शंकराला प्रिय. बेल पाटावरवंट्यावर घसा घसा घसा ५० वेळा घासा. (झाला लगदा) त्यात तीन कापराच्या वड्याही

आधीच घाला. शंकर त्रिनेत्र म्हणून कापराच्या तीन वड्या. मग ते दिव्य औषध घ्या. संपूर्ण हा जन्म आणि पुढल्या जन्मामधील प्रारंभीची पन्नास वर्षं होऊन गेली तरी खोकला होणार नाही. तुम्ही बेलाची पानं आणा. सोमवारी बेलाची पानं तोडायची नसतात हे लक्षात ठेवा.'' गुंडुराव गेले.

''काय विनायकराव, डोक्याला हात लावून बसलात? डोकं दुखत असणार'' वैद्यराज धुंडीराज टोपणे म्हणाले, ''विनायकराव, तुम्ही काय करा, डोकं दुखू लागलं की काय करायचं, प्रथम अगदी हलकी हलकी आत्मशिक्षा सुरू करायची. तुम्ही काय होतं ते पहा. ज्या घराला दगडी भिंत आहे, त्या भिंतीशी जाऊन उभे रहा. मग काय करा, भिंतीचा तुमच्या कपाळाच्या उंचीशी जुळणारा सपाट दगड निवडा. 'स्टार्ट' म्हटलं की, भिंतीवर डोकं हळूहळूवार आपटू लागा. प्रारंभी हळू हळू, मग हळूहळूचा वेग वाढवा. दणादणादणादणादणा डोकं आपटा. फक्त पंधरा मिनिटं डोकं आपटत राहा. पुढच्या पाच जन्मांपर्यंत डोकेदुखी गायब! धुंडीराज गेले.

''विनायकराव, अस्वस्थ दिसता. काय झालं?'' ''विशेष काही, नाही, बराच वेळ खुर्चीवर बसून काम करत होतो, थोडीशी पाठ दुखते.'' मी म्हणालो.

''थोडीशी हा शब्द फसवा आहे.'' आणखी एक डॉक्टर बाप्पाजी खरपुडे म्हणाले, ''पाठ म्हटली की, पाठीचे तेहतीस मणके आले. एक एक करत सर्व मणके दुखायला लागतील. पाठदुखी थांबण्यावर रामबाण उपाय आहे'' असं बोलून बाप्पाजींनी माझ्या बायकोला हाक मारली. ती आली. तिला उद्देशून बाप्पाजी म्हणाले, ''वहिनी, तुम्ही काय करा, विनायकरावांना पालथं झोपायला सांगा. मग त्यांच्या पाठीवर लोखंडी खलबत्ता ठेवा. एक किलो शेंगदाणे घ्या आणि कुटत बसा. मानेपासून कमरेपर्यंत खलबत्त्याची जागा बदलत बदलत कुटणं चालू ठेवा. म्हणजे कुटणं सगळ्या मणक्यांपर्यंत पोहोचेल. वहिनी, तुम्हाला सांगतो, विनायकरावांची पाठ पुढं कमीत कमी दीडशे वर्षं तरी दुखणार नाही. पाहिजे तर आजची तारीख, महिना आणि इसवी सन लिहून ठेवा!'' असा बहुमोल खलबत्ता-सल्ला देऊन बाप्पाजी खरपुडे गेले.

खाण्यात किरकोळ कमी-जास्त झाल्यामुळे पोट थोडंसं दुखत होतं. घरगुती औषधानं थोड्या वेळानं दुखणं थांबलंही असतं, पण तसं झालं असतं तर मग परमेश्वरानं निर्माण करून ठेवलेल्या एफ.डी.ए. डॉक्टरांचा काय उपयोग? परमेश्वरानंच दाजी गायमुखे यांना माझ्याकडे पाठवलं. ''विनायकराव, चेहरा कसनुसा करून बसलात? बरं वाटत नाही काय?''

''काही विशेष नाही. पोटात किरकोळ दुखतं.'' मी म्हणाल्यावर दाजी

गायमुखे स्वमुखानं म्हणाले, ''प्रत्येक आजार सुरुवातीला किरकोळच असतो. मी तुम्हाला रामबाण औषध सांगतो. दररोज सकाळी काय करायचं, एक स्टेनलेस स्टीलचं पातेलं घेऊन गोमातेच्या मूत्रस्थानाजवळ धरायचं. आतून प्रवाह सुरू झाला की, ते 'शिवाम्बू' पातेल्यात पडू लागेल. लगेच त्यातलं सुमारे पाव लिटर 'गोअमृत' ग्लासमध्ये घेऊन; ते उगमोष्ण (चाल : धारोष्ण) गोअमृत तिथंच घटाघटाघटाघटाघटा प्राशन करायचं असं एक महिना करा. नंतर काय करा, रेल्वेलाईनीत रूळाखाली खडी पसरलेली असते. त्यातलेच पाच सहा दगड डायरेक्ट गिळा. ते पोटात जातील. पण दगडसुद्धा पोटात गेले तरी तुमचं पोट दुखणार नाही. मी उद्या सकाळी तुमच्याकडे येतो. आपण मिळूनच आमच्या गवळ्याच्या घरी जाऊ. त्याच्याकडे पाच गोमाता आहेत. दिवसभरात मिळून त्या सुमारे दहा लीटर तरी औषधीगुणयुक्त 'शिवाम्बू' देतात.''

मी पेशंट एकच, पण शंभर डॉक्टरांमुळे अक्षरश: 'डॉक्टर'ग्रस्त झालो आहे.

◆◆◆

५

परमेश्वरास कुरिअरद्वारा पत्र

अनंतकोटी-ब्रह्मांडनायक, आदरणीय, प्रात:स्मरणीय, वंदनीय, परमेश्वर यास, बालके माझा साष्टांग प्रणिपात.

तू इतका ग्रेट, ग्रेटर, ग्रेटेस्ट असूनही अजूनपर्यंत तुला कुणीही, अहो सन्माननीय परमेश्वर महोदय, मी आपणांस मनोभावे अभिवादन करतो असं म्हटलेलं नाही. परमेश्वर हा नेहमी व्याकरणातल्या तृतीयपुरुषी एकवचनानेच संबोधायचा असतो. म्हणून मी ही तसंच म्हणणार आहे. मला वाटतं, तुलाही तसंच वाटत असणार. एकेरी नावानं हाक मारल्यावर तुलाही कसं घरगुती घरगुती वाटत असेल. तू परमश्रेष्ठ आहेस म्हणून प्रारंभीच मोठमोठ्या शब्दांनी तुझं मोठेपणं उरकून घेतलं आहे. इथून पुढं घरगुती अरे.

आपले संत – ते परमेश्वररूपी पांडुरंगाला अरे असंच संबोधतात. अहो, कुणीच म्हणत नाही. संत ज्ञानेश्वर म्हणतात, तनु मनु शरण विनटलो तुझ्या पायी. निवृत्तीनाथ म्हणतात, नसे तो ब्रह्मांडी नसे तो वैकुंठी. नामदेव म्हणतात, तो एक उदार पांडुरंग. तुकाराम म्हणतात, तोचि कटि कर उभा विटे. हे परमेश्वरा, तुला अरे का म्हणायचं यासाठी एवढा आधार पुरे. थोरामोठ्यांचं

अनुकरण करावं म्हणून मीही तुला अरे म्हणत आहे. आणखी एक उदाहरण, हेचि दान दे गा देवा, तुझा विसर न व्हावा. हे सुद्धा तुकारामच.

पत्र कुरियरद्वार पाठवत आहे. थोडं लौकर मिळावं म्हणून. हे पत्र तुला लौकर मिळो ही तुझ्याच चरणी प्रार्थना. पत्र मराठीत पाठवत आहे. तू परमेश्वर आहेस, त्यामुळे तुला जगातल्या सर्व भाषा, व्याकरण, शुद्धलेखनाच्या नियमांसहित अतिउत्तम येत असणार. परमेश्वरा, तू कायमचा निर्गुण-निराकार आहेस. त्यामुळे तू दिसायला कसा आहेत हे कुणालाही माहीत नाही. म्हणून मुळातच तू नाहीस असं कित्येक बुद्धिवादी (खरं म्हणजे बुद्धिजीवी) लोकांचं म्हणणं आहे. म्हणून तू मलाही भेटणं शक्य नाही. त्यासाठी हा पत्रप्रपंच. मी तुला पत्र लिहिणं आता सुरू करतो.

अ. ब्र. नायक परमेश्वरा, तू आमच्यापासून दूर आहेस आणि आमच्या हृदयातही आहेस. दूर असूनही दिसत नाहीस आणि जवळ असून तरीही दिसत नाही. तू नेहमी अदृश्य असतोस. हीच तर खरी अडचण आहे. पत्रावरचा पत्ता मोघमच लिहिणं भाग आहे. कारण तुझं नेमकं घर नाही. म्हणून अ-निकेत असं म्हणतात. तरीही तू ब्रह्मांडप्रसिद्ध (चाल:जगप्रसिद्ध) असल्यामुळे हे पत्र नक्की मिळेल.

पत्र लिहिण्यास कारण की, कारण कसलं? कारण म्हटलं की फक्त एकच कारण असं वाटेल म्हणून दुरुस्ती करून, पत्र लिहिण्यास कारणे की, असं म्हणतो. कुठून तरी सुरुवात करायची म्हणून डासांपासून सुरुवात करतो, तू कशासाठी असंख्य डास निर्माण करतोस? असंख्य डासांसाठी त्या मानानं, त्यांचे शरीर निर्माण करायला फार कमी मटेरिअल लागतं. परंतु प्रत्येक डासाच्या शरीरात, प्रत्येकी एकेक याप्रमाणे प्राण तरी घातला पाहिजे. त्याशिवाय डास हालचाल कशी करणार? आत्मा बित्मा सोड, आत्मा हे माणसानं निर्माण केलेलं मोठं प्रकरण आहे. प्रत्येक आत्म्याची परमात्म्याशी म्हणजे तुझ्याशी सांगड घालण्याचा माणसाचा शोध आहे. कोणत्याही मानवेतर प्राण्यांना आत्मा वगैरे दिला नाहीस हे बरं केलंस. कदाचित ८४ लक्ष योनींतील अक्षरशः असंख्य प्राण्यांना इतके आत्मे पुरवणे शक्य नसल्यामुळे तू तसं केलं नसावं. याला एक पुरावा म्हणजे, आपलं तत्वज्ञानच सांगतं की, आत्मा अमर आहे. शरीर नष्ट झालं तरी आत्मा या शरीरातून दुसऱ्या शरीरात जातो. आत्म्यांची संख्या कमी असल्यामुळे हे असो. मुख्य मुद्दा डासांचा आहे. सगळ्या जगाची झोपायची वेळ तेव्हा डास जागे असतात आणि जेव्हा सगळं जग जागं असतं तेव्हा समस्त डास निवांत झोपलेले असतात. त्यामुळे डास, हिंसक आणि उपद्रवकारक, निद्रासंहारक आणि रक्तशोषक असूनही उगीचच्या

उगीच संयमी, योगी ठरतात (आधार, या निशा सर्वभूतानां तस्यां जागर्ति संयमी, यस्यां जाग्रति भुतानि, सा निशा पश्चतो मुनेः (भगवदगीता)

परमेश्वरा, हे डास आहेत ना, ते विलक्षणच आहेत. माणसाचे अनेक रक्त गट आहेत. रक्ताच्या नात्याच्या माणसांचेही रक्त-गट निराळे असतात. मुलाचं रक्तही वडिलांना कधी कधी चालत नाही. परंतु डासांना मात्र कोणत्याही रक्त-गटाच्या माणसाचं रक्त मग ते रक्त आर एच (प्लस) पॉझिटीव्ह असो नाही तर आर एच (मायनस) निगेटिव्ह असो, चालतं. त्यांच्या रक्तात काही फरक पडत नाही. कमाल आहे. परमेश्वरा, नर डास ठोंबे असतात. रक्तशोषणाचं काम तू मादी डासांकडे सोपवलं आहेस. स्त्रीमुक्ती चळवळीच्या महिलांना हे कळलं तर त्या खवळून उठतील. परमेश्वरा, डासांपायी आमचे दरमहा किमान दीड दोनशे रुपये सहज खर्च होतात. हे काय बेगॉन, ही कासव छाप अगरबत्ती, हे काय ऑल आऊट, हे गुड नाईट अनेक प्रकार आहेत, हा फौजफाटा डासांचा संहार करण्यासाठी आहे. कोट्यवधी रुपये आम्हा मानवांना खर्च करावे लागतात. शेवटी हँडमेड औषध बेस्ट. शरीरावर डास जिथं बसला असेल तिथं आपणच आपल्या हाताची चापट मारायची, (चापट कसली?- मुस्कटातच) परमेश्वरा, डासांना कशाला निर्माण केलंस? डासांच्या घराण्याला थोर परंपरा आहे. आर्थोपोडा-इन्सेक्टा-डिप्टेरा-क्युलिसिडा वर्गातला कीटक म्हणजे मानवरक्तपिपासू डास. परमेश्वरा, तू काय कर, ते घराण्याचं मूळ जे ऑर्थोपोडा आहे ना, त्याचं नावचं राइट ऑफ करून टाक ना? म्हणजे, जगातले डासच खलास! तू मनावर घेतलंस तर हे सहज शक्य आहे. शप्पत!

माशा, झुरळं, ढेकूण, चिलटं, उवा यांना निर्माण करण्याचं काही नडलं होतं काय? माशी ही चावट आहे. कुठंही बसते. गुळावर बसते; तेथून उठते मिठाईच्या दुकानात सर्व गोड पदार्थांचा स्वाद घेते. मध्यंतरी काही वर्ष टीव्हीवरून बातम्या सांगणाऱ्या निवेदकांच्या तोंडावरून फिरत असे. सुरुवातीला स्त्री निवेदकांच्या तोंडावर बसायची पण पुढं भीड चेपल्यावर प्रदीप भिडे (भीड चेपली ना), अनंत भावे प्रभुती पुरुष मंडळींच्या तोंडावर बसू लागली. अशी एकंदरीत फ्लर्ट (चालू) आहे. आता झुरळ. झुरळ कशासाठी निर्माण केलंस? झुरळ पाहिलं की बायका जोरात किंचाळतात. बाई कितीही शूर असो. झुरळ पाहिलं की शौर्य गायब! शौर्य गायब म्हणजे किती गायब! एक किस्साच सांगतो. एका सर्कशीत एक तरुण स्त्री-खेळाडू रिंगणामध्ये, दोन ढाण्या वाघांच्या पाठीवर पाय देऊन उभी होती. डावा पाय एका वाघाच्या पाठीवर आणि उजवा पाय दुसऱ्या वाघाच्या पाठीवर. खरंच केवढं धाडसाचं काम! तिला पाडण्याची वाघांची पण हिंमत होत नव्हती. प्रेक्षकांनी

टाळ्यांचा कडकडाट करून तिच्या शौर्याचं कौतुक केलं. त्या कौतुकाचा नम्रपणे स्वीकार करून वाघाच्या पाठीवरून खाली वाकली. आणि काय? जोरात किंचाळली. दोन वाघांच्यामध्ये एक झुरळ कुठून तरी आलं होतं. ती जोरात ओरडली, झुरळ! परमेश्वरा झुरळ कुणालाच आवडत नाही. (चीनमधले लोक सोडून) हा प्राणी तू निर्माण करतांना काही प्रमाण वगैरेही सांभाळलं नाहीस. मिया मूठभर, दाढी हातभर या म्हणीसारखा प्रकार आहे. झुरळ इंचभर मिशा तीन इंचभर. एकेका केसाचीच एकेक मिशी. झुरळ केवढं, मिशा केवढ्या? काही प्रमाण बिमाण आहे की नाही? परमेश्वरा, तुला हिटलर माहीतच आहे. केवढा जबरदस्त माणूस! सगळं जग, त्यानं हादरवून टाकलं होतं. एवढं असूनही, त्यानं मिशा किती आटोपशीर ठेवल्या होत्या. ओठाच्या मध्यापासून डावीकडे एक इंच आणि उजवीकडे एक इंच. पुन्हा वेळच्या वेळी कातरीनं ट्रिमिंग करून, ओठावर केसांचा फापटपसारा वाढू दिला नाही. असो, परमेश्वरा, झुरळांनाही एकदा मोक्षप्राप्ती करून टाक ना. म्हणजे पृथ्वी झुरळमुक्त होईल.

आता ढेकूण, हा छुपके रक्तशोषण करणारा प्राणी कशाला जन्माला घातलास? गनिमी काव्यानं लढणारे सैनिक शत्रूला मारतात आणि लगेच गुप्त होतात. ढेकूण हा प्राणी असाच आहे. चावल्यावर कळतं. पण लगेच तपास करूनही सापडत नाही. काय चाप्टर प्राणी आहे. ढेकणासाठीही औषधं आहेत. पण ढेकूण सापडले पाहिजेत ना! ढेकूण माणसालाच नाही तर देविादिकांनाही छळत असावा असं दिसतं. एक श्लोकच आहे.

हरो हिमालये शेते, हरिः शेते महोदधौ
कमला कमले शेते, मन्ये मत्कुणशंकया

(शंकर हिमालयात झोपतो; विष्णू समुद्रावर झोपतो; कमला (लक्ष्मी) कमळात झोपते. कारण काय? ढेकणाच्या भीतीनं. तिथं ढेकूण पोहचू शकत नाही. परमेश्वरा, मनावर घेऊन ढेकणांनाही कायमची मुक्ती देऊन टाक ना. रात्री झोप तरी निवांत लागेल.

चिलटं! पूर्णविराम किंवा अनुस्वार या विरामचिन्हांएवढा प्राणी कशाला निर्माण केलास? काही वाचायला घेतलं की, दोन्ही डोळ्यांच्या पापण्यांभोवती धिंगाणा घालू लागतात. माणसं वाचत बसली तर चिलटांच्या तीर्थरूपाचं (खरा शब्द - बापाचं) काय जातं? उगीच वैताग. चिलटांवर एवढंच पुरे. ध्रुवाला वरती कुठं तरी अढळपद दिलं तसचं चिलटांनाही एक अढळपद उत्तर ध्रुवापलीकडे देऊन टाक. तिकडे ध्रुवाला त्रास देऊ नका असंही चिलटांना सांगून ठेव. सावत्र आईच्या (नांव : सुरुची-सुरुची कसली- कुरुची!) त्रासाला कंटाळून लेकरू लांब,

एकटंच अढळपदावर बसलं आहे.

मुंग्या हा प्रकारही त्रासदायक आहे. मुंग्यांची घराणी दोन; एक काळ्या मुंग्यांचं आणि दुसरं लाल मुंग्याचं. त्यांची वारुळं लांब कुठं तरी असतात, परंतु मुक्काम कायमचा माणसांच्या घरात. काळ्या मुंग्या धावऱ्या असतात. नुस्तं फू केलं तरी सैरावैरा पळत सुटतात. पण साखर लागते ना? त्याचं काय? शिवाय कोपरा सापडला की, आतील माती उकरून बिळं तयार करतात. लाल मुंग्या मात्र आद्य कम्युनिष्ट असाव्यात. सगळं लाल. लाल बावटा! त्या उगीचच्या उगीच आम्हां माणसांना चावतात. लाल मुंग्याचं मी एक बघून ठेवलं आहे, त्यांचं हेरखातं मजबूत आहे. कुठं गोड पदार्थ उघड्यावर किंवा अर्धवट उघडा आहे याचा सुगावा हेर खात्यातल्या लाल मुंगीला लगेच लागतो. ताबडतोब सविस्तर पत्त्यासह सर्व लाल मुंग्यांना ही बातमी पाठविली जाते. उदाहरणार्थ; मी हेर मुंगी बोलत आहे. मी रोशन पेट्रोल पंपासमोरच्या मंदार सहनिवासमधून बोलते. गेटमधून आत जा. पहिला जिना, पहिलाच मजला. उजवीकडचा फ्लॅट. आत प्रथम हॉल आहे. आत स्वयंपाकघर आहे. तिथं सगळ्याजणी या. भिंतीला लागून सिमेंटची बनलेली मोठी मांडणी आहे. कप्पा वरून सहावा. डावीकडून उजवीकडे पहिला जांभळ्या झाकणाची बाटली. त्या बाटलीत साखर आहे. झाकणाचे आटे नीट बसले नाहीत. मी स्वत: फेरफटका मारून आले आहे. तिथं लाल मुंग्यांना लगेच पाठवा. भरपूर साखर खायला मिळेल. खाऊन कंटाळा आला असला तरी तिथंच रहा. सर्वांच्या घरी थोड्या फरकानं सर्व मानवी घरात हाच प्रकार कमी-जास्त प्रमाणात दिसून येतो. बागेतल्या हिरवळीवर प्रियकर मकरंद आणि प्रेयसी मधुमालती दोघे लाडात येऊन अप्रतिम प्रेम करत बसले आहेत. प्रेमात दोघेही तल्लीन झाले आहेत. मकरंद म्हणतो, सजणे माझं तुझ्यावर खूप खूप प्रेम आहे. मधुमालती म्हणते, राजुड्या माझंसुद्धा तुझ्यावर तितकचं प्रेम आहे. असे प्रेमाचे लडिवाळ डायलॉग चालू असताना अचानक च्यायला आणि आई ग असो उदगार अनुक्रमे मकरंद आणि मधुमालती यांच्या तोंडातून बाहेर पडले. दोघांनाही ओल्या हिरवळीवरच्या लाल मुंग्यांनी कडकडून चावा घेऊन त्यांच्या प्रेमाची ऐशी-तैशी करून टाकली. परमेश्वरा, दोन्ही प्रकारच्या मुंग्यांचा बंदोबस्त कर. घरात काहीही उघडं ठेवायची सोय नाही. तू मुंग्यांची निर्मिती लगेच बंद कर. फार त्रास होतो. खरं म्हणजे तू असले चिल्लर प्राणी निर्माण करायलाच नको होते. आता तरी त्यांची निर्मिती ताबडतोब बंद कर. बरणीच्या झाकणाचा एखादा आटा जरी ढिला झाला तरी मुंग्या तो चक्रव्यूह भेदून आत जातात. जणू काही अभिमन्यूच.

परमेश्वरा, उंदरांचाही फार त्रास होतो. उंदराला अणकुचीदार दात कशाला

दिलेस? तू उंदराला आयुष्यभर करायची फक्त एकच कामगिरी सोपवून दिली आहेस असं दिसतं. रेमंडची पँट असो, भरजरी शालू असो, पैठणी असो, कुरतडून त्यांची वाट लावून टाकतात. हे असं काही करायचं नडलं आहे काय? तू एकेक प्राणी निर्माण करतोस आणि सर्वांना माणसांच्या घरात सोडून देतोस. आपण गणपतीचं वाहन असल्यामुळे भलतेच विद्वान आहोत असा उंदराचा गैरसमज झाला आहे असं एकंदरीत दिसतं. पुस्तक कुरतडणं आणि असंच कुरतडणं पुढे चालू न ठेवणं हाच उद्योग उंदीर करत असतात. उंदीर विध्वंसक प्रवृत्तीचा प्राणी आहे. कृपा करून त्यांचाही बंदोबस्त कर. त्यांचे दात अणकुचीदार आहेत ना ते बोथट कर. बॉलपेनच्या रिफीलच्या टोकासारखे कर. त्या गोल पॉइंटने उंदीर काहीही कुरतडू शकणार नाही. तितक्यातूनही काही तरी आयडिया करून उंदरानं कुरतडणं चालू ठेवलं तर, तर काड्याच्या पेटीतल्या काडीचं मुख्य टोक हे टोक नसतंच, गोल गोल असतं. उंदराचे दात तसे कर. तू तसं केलंस तर आमच्या बऱ्याच वस्तू उंदराच्या तावडीतून वाचतील.

परमेश्वरा, वाळवीची निर्मितीही लगेच थांबव. वाळवी स्वत:ला विद्वान, शास्त्री, पंडीत, स्कॉलर, जिनिअस वगैरे वगैरे बरंच काही समजत असावीत असं वाटतं. ऋग्वेद असो, उपनिषदं असोत, भगवद्‌गीता असो, शेक्सपीअरची नाटकं असोत, बट्रांड रसेलची बुद्धिवादी पुस्तकं असोत. कार्ल मार्क्सचं कॅपिटल असो नाही तर लो. टिळकाचं गीता रहस्य किंवा आर्क्टिक होम ऑफ दि वेदाज असो, वाळवी पहिल्या पानापासून शेवटच्या पानापर्यंत जाते. प्रत्येक पुस्तकाचं अथपासून इतिपर्यंत वाचन करते. एखाद्या गोष्टीचं संशोधन करणं किंवा पूर्ण परीक्षण करणं या अर्थी इंग्लिशमध्ये टू गो थ्रु असा वाक्प्रचार आहे. अगदी आरपार जाणं. वाळवी याच पद्धतीनं पहिल्या पानापासून शेवटच्या पानापर्यंत गो थ्रू. वाळवींना एवढी जर जबरदस्त ज्ञानलालसा असेल तर, परमेश्वरा त्यांना डायरेक्ट मनुष्य म्हणूनच जन्माला घाल. बसू देत आयुष्यभर ग्रंथ चघळत.

एक मुख्य राहिलंच. अनेक रोगाचं मूळ कारण जंतू असतात. एका नवकवीनं तू एक जंतू मी एक जंतू असं म्हटलं आहे. हे आपलं लाक्षणिक अर्थानं घ्यायचं. खरे जंतू तू निर्माण करून ठेवले आहेस. माणसांना उठसूट आजारी पाडणारे आणि वारंवार हॉस्पिटलमध्ये ॲडमिट करायला लावणारे असंख्य जंतू कशासाठी निर्माण केलेस? जंतू तर हत्ती, घोडा, वाघ, सिंह, म्हैस यांच्या आकाराचे असते तर त्यांच्या आमने-सामने बंदोबस्त करता आला असता. अनेक रोगांचे मूळ हे सूक्ष्म जंतू असतात. हा शोध लुई पाश्चर या फ्रेंच शास्त्रज्ञानं लावला. तथापि जंतू अतिअति सुक्ष्मयोनिनि भुतानि तर्कगम्याने कनिचित (ज्याचं अस्तित्व

केवळ तर्कानंच मानण्याइतकं सूक्ष्म आहे, असे अतिसूक्ष्म जंतूही आहेत.) परमेश्वरा एकीकडे हत्तीएवढा प्रचंड प्राणी निर्माण करतोस तर दुसऱ्या टोकाला हे असे अतिसूक्ष्म जंतू)

अमुक जंतूमुळे टायफॉइड होतो, त्या जंतूमुळे प्लेग होतो, अमुक जंतूमुळे कॉलरा होतो, तमुक जंतूमुळे कॅन्सर होतो, या जंतूमुळे एनफ्लूएंझा होतो, त्या जंतूमुळे मलेरिया होतो. अमुक जंतूमुळे एडस होतो तर तमुक जंतूमुळं डोंबलं होतं. परमेश्वरा एक वेळ समोरासमोर आपण आणि वाघसिंह परवडले. ते तरी आपल्याला एकट्यालाच फाडून खातील किंवा आपण त्यांना बंदुकीनं ठो करून खलास करू. पण हे जंतू प्रकरण महाभयंकर आहे. शास्त्रज्ञांनी कितीही शोध केला तरी लेकाचे सापडतच नाहीत. प्लीज, हे जंतू आहेत ना त्या सर्व रोगांचे मूलाधार असलेल्या सर्व जंतूना दूर कुठं तरी अनंतात विलीन करून टाक, बिचारे, लुई पॅश्चर, एडवर्ड जेन्नर, अलेक्झांडर फ्लेमिंग, जॉर्ज थिओडोर, गाफकी, पॉल आर्लिक, फर्डिनंड कोहन, जॉर्ज गाफकी वगैरे सुक्ष्मजंतूशास्त्रज्ञ आयुष्यभर सुक्ष्मजंतूचं संशोधन करत होते. परमेश्वरा हे महाभयंकर सूक्ष्म जंतू, तू सबसे पहिले खमत कर फार खतरनाक आहेत.

परमेश्वरा, ही बारीक बारीकपासून अतिसूक्ष्म पर्यंत जी मंडळी निर्माण केलीस ती केवळ माणसांना छळण्यासाठी केली असावीत की काय अशी शंका येते. ओल्या वाटाण्याच्या शेंगा, मोठी बोरं, तांदुळ, रवा, गहू हे माणसांचे खाद्य पदार्थ आहेत. पहिल्या चार पदार्थात अळ्या आणि गव्हात पोरकिडे नावाचे कीटक कशासाठी निर्माण केले आहेत. हे पदार्थ तूच निर्माण केलेस? निर्माण केलेस ते केलेस पण त्यांची राहण्याची व्यवस्था आता सांगितलेल्या पदार्थाच्या आतल्या सुरक्षित भागात कशाला करून ठेवलीस? मुळात अळ्या निर्माणच करायला नको होत्या. केल्यास त्या केल्यास, पण त्यांची निवासव्यवस्था आमच्या खाद्य पदार्थात कशाला केलीस? यापुढं अळ्या निर्मितीला फुल स्टॉप!

उवा ही अक्षरश: डोकेदुखी आहे. कारण त्यांचा कायमचा पत्ता, मुक्काम पोस्ट स्त्रियांचं डोकं हा आहे. स्त्रिया साधारणपणे मध्यावर भांग पडतात. तिथं केस नसतात. केसामधली सरळ रेषा असते. त्यामुळे डोक्याचे दादर (पुर्व) दादर (पश्चिम) प्रमाणे डोकं (पूर्व) डोकं (पश्चिम) असे भाग पडलेले असतात. पूर्वेकडच्या उवा पश्चिमेच्या उवांकडे दुपारच्या वेळी दोन घटका बसायला म्हणून जात नाहीत. मधेमध भागांची बर्लिन वॉल किंवा ३८ अक्षवृत्त (कोरियामधील) असते. परमेश्वरा उवा कशासाठी म्हणून निर्माण केल्या? त्यासाठी पन्नास कंपन्या लाईऑफ लाईसाऊट लाईसऑन वगैरे औषधं डोक्यावर मारतात. खरं सांगू का, स्त्रियांना तू उवामुक्त

कर. म्हणजे काय, मुळातच यापुढं उवांची निर्मिती बंद करून टाक. डास, चिलटं, मुंग्या, ढेकूण, अळ्या, उवा असले चिल्लर प्राणी निर्माण करणं, तुझ्या विराट व्यक्तिमत्त्वाच्या दृष्टीनं योग्य नाही. म्हणून अशा चिल्लर पण उपद्रवी प्राण्यांची निर्मिती पूर्णपणे बंद कर.

परंतु हे तू बंद करशील की नाही याची शंका आहे. केवळ एक प्रयत्न म्हणून हे पत्र पाठवत आहे. तू एकदाच काय ते निर्माण करून ठेवलं, त्यातलं काहीही तू नष्ट करणार नाहीस आणि जे नाही ते नव्यानं निर्माण करणार नाहीस ही काळ्या दगडावरची रेघ आहे. मी म्हणतो याला आधार आहे. अर्जुनाला गीता सांगताना श्रीकृष्णाच्या मुखातून तूच बोलला आहेस, 'नासतो विद्यते भावो नाभावो विद्यते सत:' म्हणजे आताच वर मराठीत सांगितलं ते. तरीही विचार बदलावा असं वाटल्यास मी सांगितलेल्या दहाजणांना कायमचा मोक्ष देऊन टाक. चौऱ्यांशी लक्ष योनींच्या नोंदवहीतून ही दहा नावं खोडूनच टाक. म्हणजे ८३ लक्ष ९९ हजार ९९० एवढ्या योनी शिल्लक राहतील. कळावे.

तुझंच मानवी लेकरू. अनुलेखना. परमेश्वरा, जाता जाता विषयान्तर करून थोडीशी विनंती करतो. सध्या ज्या मापाचे हात तू माणसांना देतोस ते पाठीचा वरचा भाग खाजवण्याच्या दृष्टीनं तोकडे पडतात. फार थोड्या लोकांचे हात गुडघ्यापर्यंत पोहचतात. (त्यांना आजानुबाहू म्हणतात.) तू सरसकट सर्वांनाच आजानुबाहू कर. म्हणजे कंगव्याऐवजी स्वत:च्या हातानं पाठ मनसोक्त खाजवता येईल. हे तू नक्की करू शकशील. कारण आधीपासूनच तू बऱ्याच जणांना आजनुबाहू केलं आहे.

योग्य प्रतिसादाची अपेक्षा करतो. कळावे.

तुझंच एक, मानवी लेकरू

◆◆◆

६

विनायकशर्माविरचितः आधुनिक हितोपदेशः

प्राचीन काळी या आर्यावर्तामधे नैमिषारण्य, दंडकारण्य, घनदाटरण्य, निबिडारण्य, लक्षवृक्षारण्य अशी मोठमोठी अरण्ये होती. हल्ली यातलं एकही अरण्य राहिलं नाही. 'वृक्षतोड हा कारावासपात्र गुन्हा आहे' या शासकीय आदेशामुळे प्रचंड प्रमाणात वृक्षतोड होऊन त्या सर्व ठिकाणी दिवसा प्रखर ऊन आणि रात्री शीतल चांदणं सतत दिसू लागलं. 'कायदा पाळण्यासाठी नसून पाळणाऱ्यासाठी असतो' हा नव-हितोपदेश सर्वत्र रूढ आहे. त्यामुळे कायद्याच्या मूलभूत व्याख्येतच आमूलाग्र बदल झाला आहे. 'अटक शिक्षेसाठी नसून जमिनावर सुटण्यासाठी असते' हेही कायद्याचं नवं रूप चांगलंच स्थिर झालं आहे. 'लोकप्रतिनिधींनी केलेले विधिबाह्य व्यवहार हे वैध करता येतात' हे तिसरं सूत्रही सर्वसामान्य झालं आहे. 'कायदा पुस्तकात आहे, पुस्तक कपाटात आहे, कपाटाला कुलूप आहे आणि किल्ली हरवली आहे' ही चतुःसूत्री जणू काही प्रच्छन्न स्वरूपात कार्यरत आहे.' 'भ्रष्टाचाराचं मंत्रपुष्प टाकून शिष्टाचारात रूपांतर करता येतं' अशा मूलभूत पंचमहातत्त्वांवर आधारित 'आधुनिक - हितोपदेशः' विनायकशर्मा यांनी रचला आहे. हा ग्रंथ ऐका मेगा -

महानगरामधील काँक्रिटारण्यात रचला आहे. सांप्रत काळात पारंपरिक अरण्ये नष्ट होऊन जिकडे तिकडे काँक्रिटारण्ये निर्माण झाली आहेत.

या एकूण पार्श्वभूमीवर पंडित विनायकशर्मा यांनी 'आधुनिक हितोपदेश' रचला आहे. अभ्यासक्रमातून संस्कृत भाषेला नगण्य स्थान असल्यामुळे अस्सल संस्कृत लोप पावत चाललं आहे. तथापि पंचतंत्र, हितोपदेश यांसारखे ग्रंथ संस्कृतमध्ये शोभून दिसतात. परंतु हल्लीच्या लोकांना कळावं म्हणून शुद्ध संस्कृत न वापरता मराठी, इंग्लिश, हिंदी, उर्दू आणि चवीपुरतं संस्कृत वापरून हितोपदेशाला संस्कृतचा आव आणला आहे.

लोकप्रतिनिधी हे लोकशाही पद्धतीच्या राज्यपद्धतीचे शास्ते असतात. अशाच ऐका जेष्ठ-श्रेष्ठ-वरिष्ठ लोकप्रतिनिधीला चार पुत्र होते. त्यातला एकजण उनाडक्या करत होता. दुसरा भानगडी करत होता. तिसरा दादागिरी करत होता. आणि चौथा 'सोशल वर्कर' होता. (टीप : समाजसेवक निराळा आणि 'सोशल वर्कर' निराळा. समाजसेवक हा प्रामाणिकपणे आणि निरपेक्ष बुद्धीनं समाजाची सेवा करत असतो, तर सोशल वर्कर शर्टच्या बाह्या मागं सारत दमदाटीच्या आवाजात 'विनंती' करत असतो. उदाहरणार्थ, 'रिक्शावाल्याचा निघ्रुन (शब्दकोशात चुकून हा शब्द 'निघ्रुन' असा लिहिलेला असतो.) खून झाला आहे, (चढ्या आवाजात) तुम्हांला नम्र (?) विनंती करतो. दुकान ताबडतोब बंद करा!' सोशल वर्कर असा असतो.)

चारही सुपुत्र जे जे काही करीत होते त्याला पद्धतशीरपणा नव्हता. मुलांनी काही तरी करून ठेवायचं आणि पिताश्रीनं आपल्या पदाच्या जोरावर ते निस्तरायचं असं चालू होतं. आज पिताश्री उच्च पदावर आहेत तोवर ठीक आहे. पण पुढच्या निवडणुकीनंतर विपक्षाचं सरकार आलं तर कसं होणार? म्हणून मुलांच्या अंगभूत गुणांना योग्य वळण देऊन त्यांचा विकास करण्याचं पिताश्रीनं ठरवलं. त्यात अनुसरून त्यांनी उपाय योजण्याचं ठरवलं. योग्य शिक्षण देणाऱ्या गुरूचा शोध करत असता योग्य गुरू मिळाला.

पंडित विनायकशर्मा असं त्या गुरूचं नाव होतं. 'पंचतंत्र' ग्रंथाचा कर्ता विष्णुशर्मा, 'हितोपदेश' ग्रंथाचा कर्ता नारायण पंडित यांच्या 'स्कूल' चे पंडित विनायकशर्मा होते. त्याच पद्धतीनं त्यांनी या चार 'सुपुत्रां'ना शिकवून शहाणं करण्याचं ठरवलं. पंडित विनायकशर्मा थोरल्या लोकप्रतिनिधींना म्हणाले, 'मी तुमच्या चारही वंशदीपकांना माझ्या शिक्षण पद्धतीद्वारा सहा महिन्यांत तय्यार करतो. चारही सुपुत्र तुमच्या वरचढ निघतील. सहा महिन्यांनंतर तुम्ही प्रत्यक्ष पाहाल. अवघ्या सहा महिन्यांत चौघेही तुमच्याकडूनही खंडणी वसूल करतील. आता प्रत्यक्ष 'अभिनव हितोपदेश' सुरू होत आहे. चंगळवाद, बिनकष्टानं पैसा,

भ्रष्टाचार वगैरे अनेक प्रचलित गोष्टींचं त्यांना मी ज्ञान देणार आहे.

।।अथ आधुनिक उपदेश।।

(पंडित विनायकशर्मा एका कोचावर बसले आहेत. चार पुत्र समोरच्या दोन कोचांवर बसले आहेत. यापुढं पंडित विनायकशर्मा यांना 'गुरूजी' असं संबोधण्यात येईल. आणि चार मुलांना 'सुपुत्र' असं म्हणण्यात येईल. चौघांत मिळून 'सुपुत्र' हा एकच शब्द वापरण्यात येईल.)

गुरुजी : सुपुत्रांनो, माझ्यापुढं नीट बसा. असं पाय पसरून काय बसता?

सुपुत्र : आम्ही असंच बसतो. तुमचं ज्ञानामृत सुरू करा. ही लोकशाही आहे. कसंही वागलं तरी चालतं.

गुरुजी : शाबास! लोकशाहीला तुम्ही अगदी फिट आहात. लोकशाहीत अशीच माणसं असावी लागतात. 'काय वाट्टेल ते' हा तीन शब्दांचा मंत्र हा लोकशाहीचा आत्मा आहे.

लोकशाहीस्य वै आत्मा

काय वाट्टेल ते करा ।

तस्मात जगति सर्वत्र

लोकशाही विराजते ।।

सुपुत्र (एका वेळी एकेक सुपुत्र) आमचे पिताश्री रात्रंदिवस लोकशाही, लोकशाही, लोकशाही, लोकशाही, लोकशाही असा जपच करत असतात. आमच्या पिताश्रींना लोकशाही एवढी का आवडते? लोकशाही हा शब्द तरी कसा तयार झाला हे सांगा.

गुरुजी : सुपुत्र, मूलभूत प्रश्न विचारलास, लोकशाही या शब्दात लोक आणि शाही अशी दोन पदं आहेत. एक संपूर्ण वाक्य या दोन शब्दांत अंतर्भूत आहे. ते महावाक्य असं आहे.

'लोकांच्या (कररूपी) पैशांवर लोकप्रतिनिधींना शाही थाटात राहण्याची राज्यपद्धती म्हणजे लोकशाही'

सुपुत्र : अरे तिच्या मारी! लोकशाही म्हणजे हे असलं प्रकरण असतं होय? तरीच पिताश्री नेहमी म्हणत असतात,

'मी लोकशाहीचा निष्ठावंत पुरस्कर्ता आहे.'

गुरुजी : तुमच्या पिताश्रींना लोकशाहीचं मर्मच नेमकं कळलं आहे. त्यामुळे तर ते शाही थाटात राहू शकतात. लोक हे आपले मतदानापुरते. पुढं आयुष्यभर 'शाही' थाटाशी अतूट मैत्री.

सुपुत्र : गुरुजी पहिल्या दिवशी तुम्ही आम्हांला लोकशाहीची योग्य दिशा दाखवली.

गुरुजी : लोकशाहीमध्ये कोणताही माणूस कोणत्याही पदावर विराजमान होऊ शकतो.

सुपुत्र : तरीच आम्ही म्हणत होतो, आमचे पिताश्री एवढे मोठे कसे झाले? लोकशाहीची आणखी काही वैशिष्ट्यं असल्यास सांगा.

गुरुजी : लोकशाहीचा एक विशेष पैलू आपल्या लोकशाहीला गवसला आहे. राजसत्ताक राज्यपद्धतीत घराणेशाही अधिकृतरीत्या मान्य होती. परंतु ही जुनी राजसत्ताक परंपरा आपल्या लोकशाहीनं पुढं चालू ठेवली आहे.

सुपुत्र : असल्या लोकशाहीला काय म्हणतात?

गुरुजी : राजसत्ताकाधिष्ठित लोकशाही. वंशपरंपरा चालणारी लोकशाही. लोकशाही राज्यपद्धतीला आपलं हे आगळं वेगळं योगदान आहे.

स्वयं पुत्र- पौत्र- प्रपौत्रश्च
लोकशाह्यामापि चाल्यते

स्वत:, मुलगा, नातू, पणतू आपल्या लोकशाहीतसुद्धा चालतात. यांना लोकशाहीचे वारसदार अशी भारदस्त संज्ञा आहे.

सुपुत्र : गुरुजी, याचा अर्थ आम्हांला, पुढं आमच्या मुलांना, नातवंडांनासुद्धा चान्स आहे तर.

गुरुजी : हीच तर आपल्या लोकशाहीची खासियत आहे. तुम्हांला लोकशाहीचे प्रशिक्षित प्रतिनिधी करण्यासाठी तर माझी नियुक्ती करण्यात आली आहे.

सुपुत्र : त्यासाठी कसली प्रशिक्षण योजना तुम्ही तयार केली आहे.

गुरुजी : लोकशाही राज्यपद्धतीमुळे अनेक क्षेत्रांत अगणित घटना घडत असतात. त्या घटनांपैकी काही निवडक घटना मी गोष्टीरूपानं कथन करणार आहे.

कथा: १

महिषावर्त नामक देशातील एका गावात महिषीपाल नावाचा एक गवळी राहात होता. त्याच्या मालकीच्या दोन सहस्त्र महिषी होत्या. प्रतिदिनी प्रात: सायं मिळून प्रत्येक महिषी २० मानमाप दूध देत असे. मानमाप म्हणजे द्रव पदार्थ मोजण्याचं माप. प्रतिदिनी चाळीस सहस्त्र मानमाप (लिटर) दुधाची निर्मिती होत असे. अशा महिष्यन्त लक्ष्मी (चाल: गजान्त लक्ष्मी) नांदत असलेल्या महिषीपालाला संतती नव्हती. एवढं मोठं महिषीधन (चाल: गोधन) असूनही तो अंतर्यामी दु:खी

होता. त्यांना एका विद्वान पुरोहिताला विचारलं असता तो म्हणाला, "पुराणकाळात दशरथ नामक राजानं याच कारणासाठी जो यज्ञ केला होता त्याचं नाव पुत्रकामेष्टी यज्ञ असं होतं." "पुत्रकामेष्टी म्हणजे काय?" असं महिषीपालानं विचारल्यावर पुरोहित म्हणाला, "पुत्र होण्यात मिष्टेक असेल तर त्यासाठी करायचा यज्ञ म्हणून त्यास पुत्रकामेष्ठी यज्ञ असं म्हणतात?"

हे श्रवण केल्यावर महिषीपाल म्हणाला, "पुरोहित महोदय, तुम्ही म्हणता तसला यज्ञ करू या. त्यासाठी किती द्रव्य लागेल?" तेव्हा पुरोहित म्हणाला, "अमुक अमुक सहस्त्र रौप्यमुद्रा (म्हणजे हल्लीचे रुपये) लागतील आणि पौरोहित्याची महादक्षिणा म्हणून तुम्ही मला शंभर महिषी द्याव्या लागतील."

"मान्य आहे." महिषीपाल म्हणाला. त्याप्रमाणे प्रत्यक्ष यज्ञ सुरू झाला. होम आणि उच्चरवानं मंत्रोच्चार होऊ लागले. क.ध.सं.नं. (कर्मधर्मसंयोगाचा संक्षेप) त्या स्थानी दुसरा एक विद्वान पंडित आला आणि त्यानं देववाणीत सांगितलं की, "एवढ्या प्रचंड यज्ञाची मुळीच आवश्यकता नाही." हे ऐकताच यज्ञाचा पुरोहित जणू काही होमासाठीच हेही मंत्र म्हणत आहोत अशा ढंगात नवागत पुरोहिताला वदता झाला.

'अस्य मूर्खस्य यज्ञस्य
दक्षिणा महिषीशतम!
त्वयार्धं मयार्धं च
मा विघ्नं कुरू पंडित।।'

(या मूर्खाच्या यज्ञासाठी दक्षिणा म्हणून मला शंभर महिषी मिळणार आहेत. पाहिजे तर त्यातला अर्धभाग तुला प्रदान करतो आणि उर्वरित अर्धभाग माझ्यासाठी ठेवतो. परंतु कृपा करून या यज्ञात विघ्न आणू नको.)

यज्ञीय पुरोहित त्या पंडिताला हे कथन करत असता यजमान महिषीपाल याला असं वाटलं की, हे सुद्धा यज्ञाचेच मंत्र आहेत. नंतर शतमहिषीदक्षिणादान झाल्यावर त्यातील अर्धशत महिषी त्या नवागत पंडिताला देण्यात आल्या.

ही कथा सांगून झाल्यावर गुरुजी चार सुपुत्रांना म्हणाले, "आता कथन केलेली कथा, प्राचीन काळातच घडली होती. ती आद्य भ्रष्टाचार कथा आहे असं जाणकारांचं मत आहे. लोकशाही राज्यपद्धतीत हीच कथा आद्य आधारभूत भ्रष्टाचार म्हणून मानली जाते. म्हणून हीच कथा मी त्या कथेचा आदर करण्यासाठी सर्वप्रथम सांगितली आहे. लोकशाहीत 'त्वयार्धं मयार्धं' हे महान तत्त्व शिरोधार्य मानलं जातं. यातूनच पुढं भ्रष्टाचाराच्या अनेक शाखा निर्माण झाल्या. बलात्कार, द्रव्यापहार, असत्य भाषण, चौर्यकर्म, अपमिश्रण (भेसळ) असत्य मतदान, असत्य प्रमाणपत्र,

असत्य ज्ञाती, अपद्रव्य स्वीकार प्रभृती अनेक अपव्यवहार भ्रष्टाचार या एकाच महाशब्दामधे समाविष्ट आहेत.

सुपुत्रांनो आपण आता सांप्रत काळात आगमन करू. सांप्रत काळ हा धूर्त, चतुर, बदमाष, लबाड, स्वार्थी अशा लोकांचा काळ आहे. म्हणून सांप्रत काळातले चतुर लोक पंचगुणमंडित होण्यासाठी धडपड करत असतात. इथून पुढं विविध कथा मी कथन करणार आहे. तेणेकरून तुम्ही अष्टपैलू चतुर व्हाल.

कथा : २

सुपुत्रांनो प्रथम काही पारिभाषिक शब्द सांगतो.

'चायपानी' चतुर्थकं
'पेपरवेटं' तृतीयकम् ।
'गुलकंद' द्वितीयस्य
'च्यवनप्राश' मग्रकम् ।।

एका शासकीय मंडल - कार्यालयात चार श्रेणींचे कर्मचारी सेवारत होते. चतुर्थक म्हणजे 'क्लास फोर नॉन गॅझेटेड ऑफिसर'. जनसामान्यांच्या भाषेत त्याला चतुर्थश्रेणीचा कर्मचारी अर्थात प्यून असं म्हणतात. तृतीयक म्हणजे तृतीय श्रेणीचा कर्मचारी अर्थात क्लार्क- कारकून, द्वितीयक म्हणजे क्लास टू ऑफिसर हेडक्लार्क, अकाऊंट, आदी आणि अग्रक म्हणजे प्रथम श्रेणीचा अधिकारी - बॉस ज्याच्या त्याच्या श्रेणीप्रमाणे 'दक्षिणा' दिल्यावरच काम केलं जातं अशी सर्वत्र भावना होती. विनादक्षिणा काम सातत्यानं रेंगाळत जातं असा बहुतजनांचा अनुभव असतो असं बोललं जातं.

असेच एक जनजनार्दनपंत या कार्यालयामधे गेले होते. सात बाराच्या उतारा या कामासाठी गेले होते.

सप्तद्वादश- उतारार्थे
गतो जनजनार्दनः ।
वारंवार हि गत्वा वै
विफल कार्य सिद्धि :।।

पुन्हा पुन्हा खेटे घालूनही साध्या सातबाराच्या उताऱ्याचं काम काही होत नव्हतं. जनजनार्दनपंत वैतागले. त्यांनी आदरणीय प्यून महोदयांना विचारलं, 'विलंब का होतो?' तेव्हा आदरणीय प्यून महोदय म्हणाले,

देहि मां चायपानी वै ।

"मला चायपानी द्या म्हणजे सांगतो." असं ते चतुर्थश्रेणी नॉन गॅझेटेड

ऑफिसर म्हणाले.

"चायपानी म्हणजे काय?" जनजनार्दनपंत म्हणाले.

"चतुर्थ श्रेणीच्या कर्मचारी महोदयांना दहा वीस रुपये देणं म्हणजे चायपानी." असं म्हणून त्यानं तळहात पुढं केला. जनजनार्दनपंतांनी त्याच्या करकमळावर वीस रुपये ठेवले.

"धन्यवाद. तुमचं काम पुढं सरकलं" प्यूनमहोदय म्हणाले, तुम्ही त्या टेबलापाशी बसलेल्या क्लार्कसाहेबांना भेटा. सातबराचं काम ते बघतात."

जनजनार्दनपंत तिथं गेले आणि म्हणाले,"मी सातबाराच्या उताऱ्यासाठी अर्ज केला होता, त्याचं काय झालं."

"इथंच टेबलावरच्या गठ्ठ्यात असेल. पेपर्स एक सारखे उडतात. तुम्ही आधी या पेपर्सवर पेपरवेट ठेवा म्हणजे पेपर्स उडणार नाहीत." क्लार्कमहोदय म्हणाले.

"पेपरवेट या पारिभाषिक शब्दाचा अर्थ काय?"

"या शब्दाचा अर्थ असा आहे," क्लार्क उवाच

पेपराणां गठ्ठस्युपरी
रक्षेत शतरुप्यकपत्रम। (पेपरवेट संज्ञा)
पश्चात पेपराणि हलिष्यन्ति
फर्दरप्रोसेसकारणम् ।।

या पेपर्सच्या गठ्ठ्यावर शंभर रुपयांची नोट ठेवा. त्यानंतर पेपर्स इथून पुढील कार्यवाहीसाठी हलतील. तात्पर्य शंभर रुपये आधी द्या.

जनजनार्दनपंतानी शतरूप्यकपत्र अर्थात १०० ची नोट दिली. ती स्वीकारल्यावर क्लार्कर्षभ महोदय म्हणाले, "सप्ताहा नंतर या." जनजनार्दनपंत गेले आणि सप्ताहानंतर पुन्हा आले. 'सप्तद्वादशउताराकार्याची पूर्ती झाली का अशी पृच्छा केल्यावर, क्लार्ककुलावतंस महोदय म्हणाले, "आता तुमचे पेपर्स द्वितीय श्रेणी अधिकारी माननीय तथा आदरणीय खिसाभरे महाशयांच्या टेबलश्रीवर स्थानापन्न झाले आहेत."

जनजनार्दनपंत माननीय तथा आदरणीय खिसाभरे साहेब महोदय यांच्या टेबलश्रीशी उभे राहून म्हणाले, "माझं नाव जनजनार्दनपंत आहे. क्लार्ककुलावतंस महोदयांनी, ते पेपर्समहोदय आपल्या परममंगल चरणकमलद्वायाशी ठेवले आहेत. त्यांची टेबलोन्नती कधी होईल?"

"श्रवण कर." आदरणीय खिसाभरे महोदय म्हणाले,

शतकत्रय रूप्यकाणि ('गुलकंद' संज्ञा)
प्रथमं रक्ष ड्रॉवरे ।

पश्चात सप्ताहोत्तरे काले
पुनरागमनं कुरू ।।

जनजनार्दनपंतांनी शंभराच्या तीन कोऱ्याकरकरीत नोटा, ड्रॉवररूपी खिशात ठेवून, खिसाभरे यांचा खिसा भरला. सप्ताहानंतर जनजनार्दनपंत गेले. तेव्हा पेपर्स थोरल्या साहेब महोदयाकडे गेले असल्याचं समजलं. आल्याचं आत कळल्यावर आतून 'साहेबांनी बोलावलं आहे' असा दिव्य संदेश प्यून कुलभूषण यांनी सांगितला. जनजनार्दनपंत आत गेले. तेव्हा माननीय, आदरणीय, प्रातःस्मरणीय, वंदनीय, पूजनीय साहेब महोदय म्हणाले, "तुमचं काम झालं आहे. फक्त माझी त्रिसहस्त्र मोलाची स्वाक्षरी (च्यवनप्राश संज्ञा) झाली की काम पूर्ण." साहेब महोदयांची अपेक्षा काय असते याची माहिती अगोदरच काढली होती. तेवढे अधिक आणखी थोडे रुपये बरोबर आणले होते.

"परमवंदनीय साहेब महोदय, तेवढे पैसे आणले आहेत. कुठं देऊ? इथं की तिथं (म्हणजे ड्रॉवरमध्ये)?"

"ड्रॉवरमध्ये तुझ्या करकमलाद्वारा ठेव."

"साहेब महोदय ड्रॉवरमधे ठेवू?"

"नाही." साहेब म्हणाले, "दाराजवळच्या खिडकीला माझा कोट अडकवला आहे. त्यात त्या नोटा ठेव."

"या अजाण बालकाला याचं कारण कळेल काय?" जनजनार्दनपंत यांनी विचारलं.

"बरेच लोक लबाड लुच्चे असतात. इकडे अमुक सहस्त्र रुपये देतो म्हणतात आणि तिकडे अँटी करप्शनला कळवतात. खुणा केलेल्या नोटा माझ्यासारखा साधाभोळा ऑफीसर घेतो. त्याच्या बोटांचे ठसे नोटांवर उमटतात. पाठोपाठ धाड येते वगैरे. म्हणून नोटांना स्पर्श करत नाही. कुणी सांगावं. तुमच्या नोटासुद्धा खुणा केलेल्या असतील. म्हणून खिडकीजवळच्या कोटाच्या खिशामधे ठेवायला सांगतो. म्हणजे माझ्या बोटांचे ठसे उमटण्याचा प्रश्नच नाही. मला जाळ्यात पकडण्यासाठी कुणी तरी खिडकीजवळच्या कोटात नोटा ठेवून मला रंगेहाथ पकडण्याचा डाव रचला असेल."

"साहेब महोदय, तसं काही नाही." जनजनार्दनपंत काकुळतीला येऊन म्हणाले.

"असली नाटकं सगळेच गरजू करतात. म्हणून तुम्ही काय करा. तीन सहस्त्र रुपयांचं सोनं आणा. सध्याच्या भावानं साधारण पाच ग्रॅम येईल. पावती माझ्या नावाची आणा. लगेच सप्तद्वादश उतारा पत्र घेऊन चला." जनजनार्दनपंत

नी तसं केलं. सातबारा उतारा मिळाला.

लोकप्रतिनिधी सुपुत्रचतुष्ट्य शासकीय कार्यालयांतील खालपासून वरपर्यंत आपापल्या योग्यतेप्रमाणे कसे स्वकर्मकुशल आहेत. भगवंतांनी यालाच काय म्हटलं आहे हे सांगतो. 'योगः कर्मसु कौशलम' असं म्हटलं आहे. तुमचे पिताश्री ज्येष्ठ डेमॉक्रॅट आहेत आणि प्रशासनातील लहानथोर कर्मचारी ब्युरोक्रॅट आहेत. ब्यूरोक्रॅट आणि डेमोक्रॅट यांना रेशमी प्रेमरज्जूनं बद्ध करण्याचं सत्कार्य असले त्रिसहस्त्रादी, एक लक्षादी, एक कोटी आदी द्रव्य करत असतं. सुपुत्रांनो घराण्याचा लोकशाही पद्धतीचा वारसा तुम्हाला पुढं चालवायचा आहे. या प्रकरणाचा सखोल अभ्यास करा. आणि त्याप्रमाणे क्रियाशील व्हा.''

''होय गुरुदेव'' चौघेजण उद्‌गारले.

कथा : ३

सुपुत्रांनो, आणखी एक हिताचा उपदेश श्रवण करा. कायदा पाळण्यासाठी नसून पाळणाऱ्यांसाठी असतो, हे एक महानतत्त्व लोकसत्ताक राज्यपद्धतीत पाहायला मिळतं. सुपुत्रांनो तुम्ही लोकसत्ताक राज्यपद्धतीतील एका वरिष्ठ लोकप्रतिनिधीचे सुपुत्र आहात. अतएव कायद्याचं हे महानतत्त्व तुम्हीही आचरणात आणा. सर्वोच्चन्यायालयाचेही आदेश धुडकवणारे लोकप्रतिनिधी असतात. तसा धीटपणा तुमच्यातही येवो. सुपुत्रांनो न्यायालयाचा हा एक भाग झाला. परंतु कित्येकदा असं दिसून येतं की कोर्टात न्याय मिळत नसून तिथं जे मिळतं त्याला न्याय म्हणावं लागतं. न्यायाला असा लवचिकपणा लोकसत्ताक राज्य पद्धतीत कधी कधी दिसून येतो. यासंबंधीची एक चित्तचक्षुचमत्कारिक कथा सांगतो.

न्यायग्राम नाम नगरात ड्यांबिसराव आणि चाप्टरपंत या नावांचे दोन गृहस्थ राहात होते. ड्यांबिसराव नावाप्रमाणे ड्यांबिस होते चाप्टरपंत नावाप्रमाणे चाप्टर होते. अनेकदा विरोधच दिसून येतो. ज्याप्रमाणे,

नामकृतिश्च साधर्म्यं
अपूर्वो योग उच्यते ।
गौरी तु कृष्णवर्णासि शान्तास्ति जहांबाजिनी ।।

त्याप्रमाणे. इथं मात्र नाव आणि कृती समान होत्या. चाप्टरपंत आणि ड्यांबिसराव यांच्यात अस्थिवैर (हाडवैर) होते. दोघेही परस्परांचं वर्तुळ (वाटोळे) चिंतत होते. एकदा क्षुल्लक कारणांवरुन दोघांत कलह निर्माण झाला. ड्यांबिसरावांनी चाप्टरपंतांना शतगाली प्रदान केलं. ड्यांबिसरावांनी ते गालीशतक स्वतःजवळ ठेवून घेतलं आणि आपल्या संग्रहातील मातृसंबंध- समृद्ध अशा एक शतक होतील

इतक्या गाली चाप्टरपंतांकडे तत्क्षणी पाठवल्या. शत्रू असूनही चाप्टरपंत एका कारणानं प्रभावित झाले. त्यांच्या गालीप्रदानात विविध प्राण्यांशी संबंध होता परंतु एकच आप्तावर आधारित शंभर गाली देण्याचं ड्यांबिसरावांच्या बुद्धिचातुर्यानं चाप्टरपंत प्रभावित झाले होते. परंतु आपण ड्यांबिसरावांचे सख्खे शत्रू आहोत याची जाणीव झाल्याबरोबर चाप्टरपंतांनी आपलं प्रभावित होणेपण गुंडाळून टाकलं आणि ते पूर्ववत शत्रू झाले. सर्व प्रकारचं गाली आदान प्रदान संपल्यावर, 'आता आपली भेट कोर्टात' असा पत्ता सांगून ते दोघे आपापल्या घरी गेले. दुसरे दिवशी दोघांनीही एकमेकांविरुद्ध खटला भरला. काही तरी कारण पाहिजे हे फक्त ड्यांबिसरावांच्या लक्षात आल्यावर त्यांनी, 'चाप्टरपंतानी खोटे कागदपत्र करून माझी शंभर एकर जमीन बळकावली.' असा आरोप केला. त्यामुळे ड्यांबिसराव फिर्यादी आणि चाप्टरपंत आरोपी झाले.

सुपुत्रांनो असत्य गोष्टी कशा करायच्या असतात ते नीट लक्षात ठेवा. तुम्ही उद्याचे लोकप्रतिनिधी होणार आहात. ड्यांबिसरावांची शत-ऐकर जमीन बोगसवर्गीय होती. म्हणून सावध असलेले बरं या हेतूनं, निकाल आपल्या बाजूनं लागावा यासाठी त्यांनी न्यायाधीश महोदयांच्या घरी जाऊन पाच सहस्त्र रुपये रोख, हापूस आंब्यांच्या पेट्या (वस्तू १००) न्यायाधीशांच्या पदकमलाशी ठेवल्या. न्यायाधीशांनी कशाला कशाला करत त्या वस्तू स्वीकारल्या. त्यामुळे झालं काय, ड्यांबिसराव ड्यांबिस आहे हे माहीत असूनही त्याच्या बाजूनं निकाल देणं हे आपलं कर्तव्य आहे असं वाटून त्यांनी तसा निकाल करून ठेवला. याला म्हणतात कृतज्ञता.

हा संपूर्ण वृत्तान्त वायुवेगानं चाप्टरपंताच्या दोन्ही कर्णकमळांवर जाऊन आदळला. चाप्टरपंतानी लगेच रोख दश सहस्त्र रुपये, २०० हापूस आंबे आणि उत्कृष्ट वस्त्र न्यायाधीशांना दिल्यावर न्यायाधीशांनी रात्री जागून आधीचा निकाल रद्द केला. निकाल चाप्टरपंतांच्या बाजूनं लावला.

सुपुत्रांनो त्यांच्यातला न्यायाधीश जागा झाला आणि त्यांनी चाप्टरपंतांच्या बाजूने निकाल जाहीर केला. हे वृत्त कळताच. ड्यांबिसराव वायुवेगानं न्यायाधीशाच्या घरी गेले आणि म्हणाले, "साक्षात न्यायदेवता महोदय आपण असं कसं केलं? मी आपणास पाच सहस्त्र रुपये आणि शंभर आंबे प्रदान केले होते. तेव्हा आपण मला असं आश्वासन दिलं होतं की. न्याय नक्की तुमच्या बाजूनं मिळेल. मग असं कसं झालं?"

त्यानंतर एक घटना घडली, न्यायाधीश महाशय म्हणाले, "निकाल तुमच्या बाजूनंच लिहून तयार ठेवला होता. परंतु त्यानंतर काल चाप्टरपंत दशसहस्त्र रुपये आणि २०० हापूस आंबे- दुप्पट मोठ्या आकाराचे घेऊन आले. न्यायाधीश या

नात्यानं कुणावर अन्याय होऊ नये म्हणून मी ते सर्व स्वीकारलं. न्यायाधीशाची प्रत्येक कृती कशी समतोल असली पाहिजे.''

''ते ठीक आहे मिलॉर्डमहोदय पण माझ्या बाजूनं निकाल लागावा म्हणून पाच सहस्त्र रुपये आणि १०० आंबे मी तुम्हाला भेट म्हणून दिले होते.'' ड्यांबिसराव म्हणाले. ''मान्य आहे,'' न्यायाधीश म्हणाले, ''परंतु चाप्टरपंतांनी दहा सहस्त्र रुपये, २०० आंबे- तेही मोठे दिले होते. आंब्यांची संख्या आणि आकार तुमच्या आंब्यांच्या आकारापेक्षा दुप्पट मोठा होता. आता तुम्हीच सांगा, मी तुमच्या बाजूनं निकाल दिला असता तर प्रत्येक गोष्ट दुप्पट देणाऱ्या चाप्टरपंतांवर अन्याय नसता का झाला? मग त्या 'दुप्पट' वर अन्याय झाला असता. दुप्पटवर अन्याय करण्यापेक्षा एकपटवर अन्याय हे न्यायाच्या दृष्टिकोनातून पाहिलं असता योग्य ठरतं. या गोष्टीचा विचार करूनच चाप्टरपंतांच्या बाजूनं न्याय दिला. 'कमी' आणि 'जास्त' यांमध्ये 'जास्त' चं पारडं अधिक जड झालं असतं. म्हणून मी निकाल बदलला. न्यायाधीशाला सर्व गोष्टींचा साधक बाधक विचार करावा लागतो. मी चाप्टरपंतांच्या बाजूनं निकाल दिला हे योग्य निकाल दिला आहे. तुम्ही जाऊ शकता.''

''तर मग पाच सहस्त्र रुपये आणि लहान आकाराचे का होईना १०० आंबे परत द्या.''

''ड्यांबिशराव, दिलेले दान परत न मागण्याची आपल्या देशाची महान परंपरा आहे ही महान, उज्ज्वल, परममंगल, अभिनंदनीय, अनुकरणीय, प्रशंसनीय, आदरणीय, उल्लेखनीय, संस्मरणीय, वंदनीय आणि आणखी दहा बारा 'नीय-णीय' परंपरा मोडून साम्रफल द्रव्य परत करणं म्हणजे आपल्या थोर संस्कृतीचा अपमान करणं आहे. महन्मंगल संस्कृतीचा अपमान करण्याचं पाप माझ्या हातून होऊ नये म्हणून तुम्ही दिलेलं द्रव्य आणि आंबे मी ठेवून घेत आहे. मी हे द्रव्य संतवचना प्रमाणे, 'उदास विचारे वेच करी' खर्च करणार आहे.''

''सुपुत्रांनो, न्यायाधीशानं दोन्ही पक्षांकडून 'अपद्रव्यभक्षण' करून त्याचं उदात्तीकरणही केलं आहे. लोकसत्ताक पद्धतीत काय काय घडू शकतं याचं हेही एक विलक्षण उदाहरण आहे. न्यायाधीशानं हाही एक प्रकारचा हितोपदेशच केला आहे. तो आता लक्षात ठेवा आणि भविष्यकाळात कृतीत आणा.''

कथा : ४

तळागाळातून वरच्या माळ्यापर्यंत पोहोचण्याची सोय लोकशाही राज्यपद्धतीत आहे. काही सज्जन याच मार्गानं जाऊनही सज्जनच राहिले. अशा सज्जनांना, ते

इथे मिसफिट- आहेत असं म्हटलं जातं. अगणित संपत्ती कार्यकाळात संपादन करणं हे विविध पदांचं व्यवच्छेदक लक्षण आहे. घराणेशाहीमुळे शॉर्ट कटनं एकदम मोठं होता येतं. घराणेशाहीचा वारसा लाभण्याचं भाग्य नसेल तर त्यांच्यासाठी प्रदीर्घ प्रवासाचा मार्ग आहे. ते असा:

आपादमस्तक नेतृत्व
लोकशाह्यां हि वर्तते ।
सोशल वर्कात तु प्रारभ्य
लालदीप स्वयंचरी ।।

आपाद म्हणजे अगदी पायापासून. तिथून थेट मस्तकापर्यंत जाऊन तिथलं नेतृत्व करण्याची सोय लोकशाहीत आहे. सोशल वर्कर असा प्रारंभ करुन लाल दिव्याची गाडी अशी थेट मजल मारता येते. हे ज्ञान म्हादू नामक एका चौथी नापास अशा तरुणाला झालं. 'सोशल वर्के रचिला पाया लालदीप गाडी कळस' असं होत गेले. 'आज शहर बंद' हा शुभारंभ तिथून पुढं निर्धनजन वास्तुसंकुलाचं (अनुवाद : झोपडपट्टी) नेतृत्व, नंतर तिथूनच निवडून येऊन नगरसेवक, पुढं तालुका पंचायत, जिल्हा परिषद, आमदार, महामंडळाचा अध्यक्ष आणि ज्याच्यासाठी केला अट्टाहास ते उच्च लोकप्रतिनिधीपद. म्हादू या मार्गानं ऑनरेबल महादेवराव घोटाळे फार मोठे झाले. सर्वजण त्यांना नानासाहेब म्हणू लागले. वर्षअखेरपर्यंत बघता बघता माननीय नानासाहेब घोटाळे यांची स्थावर जंगम संपत्ती मिळून सुमारे ५० कोटी रुपयांची झाली. दुसऱ्या वर्षी त्या संपत्तीत आणखी ५० कोटींची भर पडली. असं करत कार्यकाल संपल्यावर एकूण ३०० कोटी रुपयांची संपत्ती त्यांनी जमा केली. याला म्हणतात कामाचा उरक आणि याला म्हणतात कमीत कमी वेळात जास्तीत जास्त, द्रव्य मिळवण्याचं कौशल्य. ही त्यातल्या त्यात ज्ञात संपत्ती. याशिवाय युरोप खंडामधील नंदनवन अशा देशातील गुप्त अधिकोशातही अंदाजे तेवढीच संपत्ती असल्याचं बोललं जातं. स्थावर संपत्तीत, राजधानीतच विविध ठिकाणी त्यांचे पाच बंगले आहेत. तीन थंड हवेच्या ठिकाणी प्रशस्त बंगले, न्यूयॉर्क आणि लंडन इथं प्रत्येकी २ सहस्त्र चौरस फुटांचे फ्लॅट आहेत. सिंगापूरलाही फ्लॅट आहे. देशातील पाच प्रमुख शहरांत त्यांच्या मालकीची पाच पंचतारांकित हॉटेलं आहेत.

सुपुत्रांनो, चौथी नापास असलेली व्यक्ती लोकशाहीत काय (काय) करू शकते, आपला सर्वांगीण विकास कसा करू शकते याचा आदर्श वस्तुपाठ म्हणजेच नानासाहेब घोटाळे यांचा आदर्श जीवन प्रवास. सुपुत्रांनो तुम्ही नानासाहेबांचा आदर्श डोळ्यांपुढं ठेवल्यास, श्रीमंती तुमच्या अंगणात स्वत: होऊन चालत येईल.

तुम्हीही शुभारंभ करा. अर्थात तुम्हाला इतक्या तळापासून प्रारंभ करायला नको. तुमचे पिताश्री सध्या साठ वर्षांचे आहेत. सीनियर आहे. वरच्याच एका टप्प्यात तुम्हा चौघांची वर्णी लावतील. तुमचं काम रिकामं पोतं आणि फावडं घेऊन जायचं. फावड्यानं नोटांची बंडलं घ्यायची आणि पोत्यात भरायची बस्स! पोती ट्रकमध्ये भरायची आणि अज्ञात स्थळी ठेवायची. सुपुत्रांनो, पिताश्रींची संपत्ती आणि तुम्हा चौघांची संपत्ती एकत्र केली तर तुमच्या नंतरच्या कमीत कमी पाच पिढ्यांपर्यंतच्या वंशराजांना गरीब व्हावसं ठरवलं तरीही गरीब होता होता ते अक्षरश: मेटाकुटीला येतील. सुपुत्रांनो याच मार्गानं जा. याच मार्गानं जाऊन आयुष्याचं कोट (पाठभेद: कोटी) कल्याण करा. हा हितोपदेशही आत्मसात करा. सुपुत्रांनो मी प्रथम महिषीपालाची शुभारंभाची कथा सांगितली. नंतर शासकीय कार्यालयात कार्यपूर्व काय काय करावं लागतं कुणाकुणाला कार्य सिद्धीसाठी किती दक्षिणा कोणत्या संकेत- शब्दांनी द्यायची असते याचं सविस्तर ज्ञान सांगितलं. न्यायालयातही काय काय प्रकार होऊ शकतील याचं दर्शन तिसऱ्या कथेत सांगितलं आहे. चौथ्या कथेत पायापासून वरपर्यंत नेता कसं कसं होत जावं याचं दिग्दर्शन केलं आहे. आणि आता पाचवी कथा.

कथा : ५

सुपुत्रांनो, द्रव्येण सर्वे वशा : दाम करी काम बिबि करी सलाम, मनी मेक्स मेअर गो. या सर्वांचं सार, द्रव्य दिलं की सर्व काही प्राप्त होतं. म्हटलेलंच आहे.

द्रव्यं सूते सकलं च
अधिकारी राजपत्रित : ।
डिग्री डॉक्टरेटापि
द्वारे प्रांगणे ऽ पिच ।।

'एक सूते सकलम' असं एक संस्कृत सुवचन आहे. यात एक एवजी 'द्रव्यम' हा शब्द ठेवला तर अधिक शोभून दिसेल. वरील श्लोकात त्याचीच झलक दाखवली आहे. राजपत्रित (गॅझेटेड) अधिकारी व्हायचं असेल तर, सहज होऊ शकता. अमुक अधिकारपदासाठी अमुकं लक्ष महादक्षिणा 'पश्चिमद्वारा' नं आणून द्या. उद्यापासून तुम्ही राजपत्रित अधिकारी व्हाल. लेखी परीक्षा, व्हायवा, अभ्यास कसलीही झगझग नाही. तुम्ही काहीही करायचं नाही. आज अमुकसाठी अमुक हजार किंवा लाख भरा. आणि उद्या अपॉईंटमेंट लेटर पोस्टिंगच्या ठिकाणासह घेऊन जा. जिथं जास्त पैसे खाण्याची सोय आहे, त्या ठिकाणी नियुक्ती पाहिजे असल्यास आणखी एक लाख रुपये द्या आणि, 'अनंतहस्ते कमलावराने, देता

किती घेशिल दो कराने' अशा पद्धतीचं गोड गोड हैराण व्हा. नोटांची बंडलं कुठं (कुठं) लपवून ठेवू असं तुम्हांला होईल. पतिपत्नी एकाच खात्यात काम करत असतील आणि एकाच कार्यालयात असतील तर पतींची बदली उत्तर ध्रुवावर करा आणि पत्नीची बदली दक्षिण ध्रुवावर करा. दोघेही अनुक्रमे दक्षिण ध्रुवाकडे आणि उत्तर ध्रुवाकडे तोंड करून, 'दोन ध्रुवांवर दोघे आपण, तू तिकडे अन मी इकडे' हे भावगीत आळवत बसतील. दोघांनाही हस्ते परहस्ते निरोप पाठवा, जर टिंब टिंब साहेबांना वीस वीस हजार रुपये द्याल तर दोघांच्याही बदल्या रद्द करून पुन्हा मूळ ठिकाणी आणण्यात येईल दोघे मिळून ४० हजार रुपये भरतील. बदल्या करण्याचा व्यवसाय खूप पैसे मिळवून देतो. म्हणून अमुक इतके लाख रुपये भरा, राजपत्रित अधिकारी व्हा आणि अजीर्ण होईपर्यंत पैसे खा. तुम्ही भविष्यकाळात लोकप्रतिनिधी होणार आहात. वरील व्यवहारात तुमचाही फिफ्टि परसेंट वाटा ठेवा.

''मह्यं फिफ्टी फिफ्टी तुभ्यं
युवाभ्यां मंत्र पाळयतु ।
उपविष्टे आसने
द्रव्यमिटरं सुरू । ।''

असं केलं म्हणजे बसल्या जागी पैशाचं मिटर सुरू.

सुपुत्रांनो तुम्हाला एम. ए. व्हायचं असल्यास होता येईल. अमुक ठिकाणी अमुक हजार (किंवा सरळ एक लाख) रुपये भरा. दुसरे दिवशी प्रात:काळी सोनेरी फ्रेम केलेलं एम. ए. चं सर्टिफिकेट घर चालून येईल. तुम्हाला पीएच. डी. व्हायचं आहे? विद्वान भाड्याने किंवा विकत मिळतात. ते प्रबंध लिहितील, तो पास करून आणतील. तुम्ही कोणत्या विषयावर अजिबात अभ्यास, संशोधन न करता पीएच. डी. मिळवली हे खुद्द तुम्हालाच माहीत नसलं तरी चालतं. करायचं काय प्रबंधाचा विषय कोणता आहे हे जाणून घेऊन? डॉक्टरेट मिळण्यासी गाठ.

सुपुत्रांनो या पाचव्या कथेत कथा नाममात्र आहे. एम. ए. होणं, पीएच. डी. होणं, मोठा ऑफिसर होणं, खूप पैसे खाणं वगैरेच्या सुरस कथा कशा असतील हे तुम्ही चौघे बंधू कल्पनेनं जाणू शकता. आधीच्या चार कथांवरुन पाचवी कथा तुम्ही रचून लिहा. म्हणजे तुम्हाला आधुनिक हितोपदेश पूर्णपणे समजला असं मानता येईल. सुपुत्रांनो, हितोपदेश नीट, सावधपणे आचरणात आणा. मुख्य म्हणजे गाफीलपणा करू नका. तुमचा भविष्यकाळ उज्ज्वल आहे. 'तथास्तु!'

◆◆◆

७

सत्कारसमारंभातील भाषण

प्रकट (आणि कंसातील)

आपल्या राज्यातील थोर ज्येष्ठ आणि श्रेष्ठ लोकनेते आबासाहेब हिंगमिरे यांच्या वयाला नुकतीच सत्तर वर्षं पूर्ण झाली आहेत. त्यानिमित्त त्यांच्या असंख्य चहात्यांनी, मित्रांनी त्यांचा एक भव्य सत्कार करण्याचं ठरवलं. कंसातील: (आबासाहेब हिंगमिरे यांनी स्वत:च आपल्या विश्वासातल्या मित्रांना हाताशी धरून आणि पद्धतशीर मॅनेज करून हा सत्कारसमारंभ झाला.) तरीही 'जनतेने उत्स्फूर्त सत्कार करून आबासाहेब हिंगमिरे किती लोकप्रिय आहेत, किती 'जलाव्य' आहेत, हे सर्वत्र पद्धतशीर मॅनेज करून वृत्तपत्रांतून छापवून आणलं. 'जलाव्य' हा शब्दही त्यांनी स्वत:च हळूच आपल्या घरातून बाहेर प्रचारासाठी आणि प्रसारासाठी सोडला. जलाव्य म्हणजे 'जनतेचे लाडके व्यक्तिमत्त्व.' ''जनतेनंच आबासाहेबांना 'जनतेचे लाडके व्यक्तिमत्त्व' ही लाडकी पदवी उत्स्फूर्तपणे दिली'' हे वाक्यही छापवून आणण्याची व्यवस्था केली होती. हे सगळे प्रसिद्धीप्रकरण यथासांग पार पाडायला आबासाहेबांना बराच खर्च आला. जनतेनं आपण होऊन 'उत्स्फूर्तपणे' सत्कार करायचा म्हणजे भरपूर पैसे खर्च केलेच पाहिजेत.

हा सत्कारसमारंभ धूमधडाक्यानं संपन्न झाला. (हल्ली नुस्तं 'झाला' असं म्हणून चालत नाही. 'संपन्न झाला' असं म्हणायचं असतं.) मोठमोठे नेते, समाजसेवक, मान्यवर व्यक्ती समारंभाला उपस्थित होत्या. अनेक वर्तमानपत्रांचे वार्ताहर, फोटोग्राफरही 'उत्स्फूर्तपणे' (नोटांची बंद पाकिटे आधी पोहोचती केल्यावर) आले होते. अनेकांचे संदेश आले (योग्य शब्द : 'आणवले') होते. त्यांचं वाचन झालं. श्रेष्ठ व्यक्तींच्या हस्ते त्यांचा शाल, श्रीफळ, पुष्पहार, पुष्पगुच्छ आणि भेटवस्तू देऊन सत्कार करण्यात आला. निरनिराळ्या वक्त्यांची भाषणं झाली. या गौरवपर भाषणांत सर्व वक्त्यांनी आबासाहेबांवर स्तुतीचा वर्षाव केला.

कंसातलं :

(प्रत्येक वक्त्याला तीन तीन हजार रुपये मानधन आधीच देण्यात आलं होतं. एवढ्या मोठ्या लोकनेत्याविषयी बोलायचं म्हणजे एवढं मानधन पाहिजे. 'दाम करी काम, बिबी करी सलाम' असं शास्त्रवचनच आहे. त्यामुळे सर्व वक्ते तीन तीन हजारांना जागून आबासाहेबांबद्दल फारच चांगलं बोलले. ते प्रकट बोलणं झालं. पण त्याच प्रत्येक वक्त्याचं मनातलं बोलणं कंसात देण्यात आलं आहे. त्यावरून आबासाहेबांचं कंसात सांगण्यासारखं व्यक्तिमत्त्व काय आहे, कसं आहे हे कळून येईल. कंस पूर्ण.)

सर्वात प्रथम दादासाहेब बोलायला उभे राहिले. ते आपल्या भाषणात म्हणाले, "आज आबासाहेब आपल्या सेवाभावी जीवनाची सत्तर वर्ष पूर्ण करून एकाहत्तराव्या वर्षात पदार्पण करत आहेत. आम्ही मित्रांनी ठरवलं की त्यांच्या समाज- सेवेचा, सत्कार्याचा गौरव केला पाहिजे. आबासाहेब एकसारखं नको नको म्हणत होते. पण आम्ही मित्रांनी हट्टच धरला. ते म्हणालो, सत्तर पूर्ण झाल्याबद्दल कसला सत्कार करता? खरं म्हणजे पंच्याहत्तर वर्ष पूर्ण झाल्यावर सत्कार करायची पद्धत आहे. मी तर व्यक्तिशः त्याच्याही विरुद्ध आहे. माणसानं सामाजिक बांधिलकी म्हणून सतत समाजसेवा करत राहावं. हातातून नेहमी सत्कार्य होत राहावं आणि हे करण्यासाठी मला शंभर वर्षांचं आयुष्य लाभावं."

कंसातले आबासाहेब :

(कसे लबाड आहेत बघा. आम्हा मित्रांच्या मागं, त्यांनीच एकसारखा लकडा लावला- माझा सत्कार घडवून आणा, माझा सत्कार घडवून आणा. तेव्हा मीच आबासाहेबांना म्हटलं होतं, 'सत्तर वर्षं पूर्ण झाल्यावर सत्कार करणं म्हणजे पाच वर्षं आधीच घाई केल्यासारखं दिसेल. पण त्या वेळी आबासाहेब म्हणाले, 'तूर्त सत्तरावा वाढदिवस केलाच पाहिजे. नंतर पंच्याहत्तराव्या वर्षी आणखी दणदणीत वाढदिवस करा. तुम्ही काय करा दादासाहेब, 'आबासाहेब हिंगमिरे मित्रमंडळ'' या

नावाचं एक मित्रमंडळ स्थापन करा. काय खर्च येईल तो मी करतो. खर्चाची काळजी करू नका. मी तुमच्या पाठीशी आहे. भाषणं मात्र दणकेबाज झाली पाहिजेत.') कंसाबाहेर.

दादासाहेब प्रकट भाषण: ''आबासाहेब म्हणजे आपल्या राज्याचंच नव्हे तर देशाचं भूषण आहेत. मी एकदा त्यांना तसं म्हणालो होतो. तेव्हा आबासाहेब नम्रपणानं मला म्हणाले, ''दादासाहेब, मी एवढा मोठा नाही. गांधी, टिळक, नेहरू हे खरे देशाचे भूषण आहे. गमतीनं बोलायचं तर मी विभूषण नसून कदाचित प्रदूषण असेन.'' तेव्हा मी आबासाहेबांना म्हणालो, ''आबासाहेब, तुम्ही असं स्वत:ला कमी समजू नका. केवळ अंगच्या जन्मजात विनयामुळे तुम्ही स्वत:ला फार कमी समजता. गांधीजी आज असते तर त्यांनी तुमचीच देशाचे विनम्र पंतप्रधान म्हणून नियुक्ती केली असती.'' तेव्हा आबासाहेब मला प्रेमळपणानं म्हणाले, 'तुम्हा मित्रांना मी उगीचच मोठा वाटतो. मी तर स्वत:ला दासानुदास समजतो.' जनतेची सेवा आणि देशासाठी त्याग या दोनच गोष्टी आबासाहेब आयुष्यभर करत आले आहेत. त्यांनी आतापर्यंत केलेल्या सेवेची आणि त्यागाची नोंद करून ठेवली असती तर महाभारताएवढा ग्रंथ सहज झाला असता. पण आबासाहेबांनी कशाचीही नोंद ठेवली नाही. ते नेहमी म्हणतात, 'माणसानं नेहमी निष्काम कर्मयोग करावा. केलेल्या कर्माच्या फळाची आशा धरू नये.' किती उच्च विचारसरणी. गीतेत सांगितलेला निष्काम कर्मयोग आबासाहेब रोज कृतीत आणत असतात. म्हणून आबासाहेब हे केवळ आबासाहेब नसून कर्मयोगी आबासाहेब हिंगमिरे आहेत. आबासाहेब तुम्हा-आम्हा सर्वांचे आहेत याचा आम्हाला फार अभिमान वाटतो.''

कंसातले आबासाहेब :

(आबासाहेब हिंगमिरे म्हणजे महाचालू माणूस. एक नंबरचा चाप्टर. बोलतात एक आणि करतात भलतंच. भाषणात, ते पंतप्रधान व्हायच्या योग्यतेचे आहेत असं मी म्हटलं होतं. तसं बोलणं भागच होतं. भाषणाचे तीन हजार रुपये मानधन आधीच मिळालं होतं. त्या तीन हजारांच्या हिशेबानं समारंभात प्रकटपणे स्तुती केलीच पाहिजे. या आबासाहेबांना मी लहानपणापासून ओळखतो. लहानपणी वडिलांच्या खिशातून कधी बिड्या चोरायचे तर कधी बिड्यांसाठी पैसे चोरायचे. यापायी त्यांनी वडिलांकडून बऱ्याच वेळा मार खाल्ला होता. कंटाळून शेवटी वडिलांनीच बिड्या ओढणं बंद केलं आणि पैसे कडीकुलुपात ठेवायला सुरुवात केली. तीन हजार रुपयांसाठी मी म्हणालो होतो, आबासाहेबांची योग्यता देशाचे पंतप्रधान होण्याची आहे. पण खरं सांगायचं तर सरपंच व्हायचीसुद्धा लायकी

नाही. पण नशीब दांडगं. म्हणून तर वर वर चढत गेले. आबासाहेब एकदा गमतीनं म्हणाले होते, 'मी देश-विभूषण नसून देश-प्रदूषण आहे.' आबासाहेब गमतीनं आणि विनयाचा अभिनय करून असं म्हणाले होते. पण खरं सांगायचं तर आबासाहेब खरोखरच प्रदूषण आहेत. चांगल्या वातावरणात आबासाहेब नेहमी प्रदूषण निर्माण करतात. त्यांनी आयुष्यभर नाना प्रकारच्या उचापती केल्या आहेत. भानगडी, लफडी, उचापती, कुलंगडी, बनवाबनवी करण्यातच त्यांचं आयुष्य गेलं आहे, पण जाहीर सत्कार समारंभात असलं कंसात हळूच सांगण्यासारखं जे असतं ते प्रकट भाषणातून बोलून दाखवता येत नाही. तीच तर खरी अडचण असते. आबासाहेबांविषयी खरं बोलण्याऐवजी खरं बोलून वेळ निभावून न्यावी लागते. मी प्रसिद्धिपराङमुख आहेत. मी आबासाहेबांना एकदा म्हणालो होता, "आबासाहेब तुम्ही अतिशय सज्जन आहात हे जनतेला कळले पाहिजे. तुमची आबासाहेबांची वारेमाप स्तुती करत होतो तेव्हा, आबासाहेबांना चांगलंच ओळखून असणारे किती तरी श्रोते गालातल्या गालात टिंगलवजा हसत होते.)

कंसाबाहेर

आबासाहेब म्हणजे मूर्तिमंत सेवा आहेत. आबासाहेब म्हणजे प्रति-त्याग आहेत. (चाल: सुप्रसिद्ध 'प्रति शिवाजी'ची) सज्जनपणाचं साकार रूप म्हणजे आबासाहेब. मागं एकदा पंडितजी म्हणाले होते, 'आबासाहेबांइतका सज्जन माणूस मी पहिल्यांदाच पाहात आहे, महाभारतातल्या युधिष्ठिरानंतर आणि रामायणातल्या रामानंतर आबासाहेब हिंगमिरे यांचंच नाव घ्यावं लागेल.' प्रत्यक्ष पंडितजीच म्हणाले होते, यावरून आबासाहेबांची थोरवी कळेल. सज्जन माणसांच्या बाबतीत एक अडचण असते. ही सज्जन माणसं असतात ना ती आपल्या सज्जनपणाची जाहिरात करत नाहीत. त्यामुळे आबासाहेब श्रेष्ठ प्रतीचे सज्जन आहेत याचा कुणालाही पत्ता नसतो. आबासाहेब फार प्रसिद्धिपराङमुखता आड येते.'' तेव्हा आबासाहेब मला म्हणाले, 'सज्जनपणाची जाहिरात करायची नसते. श्रीराम खूप सज्जन होता. म्हणून श्रीरामानं अयोध्येतल्या भिंती भिंतीवर स्वतःच्या फोटोसहित सज्जनपणाची जाहिरात करणारी पोस्टर्स लावली नाहीत. युधिष्ठिरही खूप सज्जन होता. पण त्यानंही हस्तिनापुरातल्या रस्त्यारस्त्यावरून बँड लावून, लाऊडस्पीकरवरून स्वतःच्या सज्जनपणाची जाहिरात केली नाही. मग मीच माझ्या सज्जनपणाची जाहिरात करून कसं चालेल? मी आयुष्यभर रामायणातला श्रीराम आणि महाभारतातला युधिष्ठिर यांचा आदर्श डोळ्यांपुढं ठेवून वागत आलो आहे.' यावरून आबासाहेबांचं चारित्र्य कसं धुतल्या तांदळासारखं स्वच्छ आहे हे दिसून येईल. एवढा मोठा चंद्र शीतल प्रकाश देणारा - पण त्या चंद्रावरदेखील डाग आहेत; पण आबासाहेबांच्या

चारित्र्यावर कसला म्हणजे कसलाही डाग नाही. संपूर्ण चारित्र्य कसं पांढरं पांढरं पांढरंशुभ्र आहे. कुणी जर त्यांच्या चारित्र्यावरचे डाग शोधायला गेला तर, टी.व्ही. वरच्या एका जाहिरातीप्रमाणे, 'डाग ढूंढते रह जाओगे' असंच म्हणावं लागेल. असं आबासाहेबांचं पारदर्शक व्यक्तिमत्त्व.''

कंसातले आबासाहेब :

(आबासाहेब म्हणजे एक नंबरचे चाप्टर आहेत, त्याच एक नंबरचे चारशे वीस आहेत आणि नंबर एकची हॅटट्रिक करून सांगायचं तर आबासाहेब हिंगमिरे एक नंबरचे लफडेबाज आहेत. त्यांची लफडी फार आहेत. शाळेचे चेअरमन आहेत. शिक्षिका नेमायच्या असल्या तर प्राथमिक इंटरव्ह्यू शाळेत मुख्याध्यापकांच्या कार्यालयात होतो. शैक्षणिक पात्रता, अनुभव वगैरे योग्य आहे हे तिथं पाहिलं जातं. त्यानंतर त्या स्त्री-उमेदवाराला स्पेशल इंटरव्ह्यूसाठी आबासाहेबांच्या बंगल्यावर जावंच लागतं. तिथला 'इंटरव्ह्यू'च नोकरी पक्की करतो. वाघाच्या तावडीत शेळी सापडावी अशी त्या बिचारीची अवस्था होते. 'काम-वासना पूर्ण नाही केली तर रातोरात तुझा मुडदा गावाबाहेरच्या खड्ड्यात पुरलेला दिसेल. हाक मारू का माझ्या पहिलवान मंडळींना?' अशी महाभयंकर धमकी दिल्यावर तिच्या हाती काहीच राहात नाही. शीलभ्रष्ट होऊनच बंगल्याबाहेर पडावं लागतं. जाता जाता दुसरीही वजनदार धमकी देतात, 'मुकाट्यानं उद्यापासून माझ्याच शाळेत कामावर रुजू झालं पाहिजे. नाही आलीस तर गावाबाहेर तुझ्यासाठी खड्डा खणून ठेवलाच म्हणून समज.' त्या बिचारीला निमूटपणे त्याच शाळेत नोकरी करावी लागते. ते चेअरमन असलेल्या ह्या शाळेत सोळा शिक्षिका आहेत. सर्वांना याच पद्धतीनं घेतलं आहे. आणि 'श्रीराम आणि युधिष्ठिर यांचा आदर्श यांनी आयुष्यभर डोळ्यांपुढं ठेवला आहे.' नानाची टांग आबासाहेबांच्या. बांगड्यांची नुस्ती किणकिण ऐकायचा अवकाश, लगेच डोळे, बाई आजूबाजूला कुठं आहे याची हुंगेगिरी सुरू करतात.)

कंसाबाहेर:

''तर आबासाहेब हिंगमिरे यांचं चारित्र्य गंगाजलाप्रमाणे पवित्र, स्फटिकाप्रमाणे स्वच्छ आणि काचेप्रमाणे पारदर्शक आहे. त्यांच्या सत्कारप्रसंगी मला त्यांच्याबद्दल चार शब्द बोलण्याची सुवर्णसंधी लाभली हे माझं अहोभाग्यच होय. मी त्यांचं जे अल्पमतीप्रमाणे वर्णन केलं आहे ते गोड मानून घ्या. कारण आबासाहेब हिंगमिरे म्हणजे कर्तृत्वाचं एव्हरेस्ट शिखर आहेत तर मी सामान्य टेकडी आहे. ते सूर्य आहेत तरी मी काजवा किंवा झिरोचा बल्ब आहे. ते, 'क्षत्रिय कुलावंतस गोब्राम्हण प्रतिपालक, भोसले कुलदीपक, शहाजी-सुपुत्र, सिंहासनाधीश्वर, राजराजेश्वर, हिंदू-पदपातशाही- निर्माते, स्वराज्य संस्थापक. छत्रपती शिवाजी टर्मिनस आहेत तर मी

करीरोड- चिंचपोकळी आहे. (संदर्भ : यह फास्ट लोकल करी रोड- चिंचपोकळी नही ठैरेगी.) आबासाहेब मुंबई महानगर आहेत तर मी मुक्काम ढेबेवाडी खुर्द आहे. तरीही आबासाहेब हिंगमिरे यांच्याबद्दल मी चार शब्द बोललो ते गोड मानून घ्या. एवढं बोलून मी आबासाहेब हिंगमिरे यांना दीर्घायुष्य चिंतून माझं भाषण संपवतो.''

कंसातले आबासाहेब:

(हा हिंगमिऱ्या एक नंबरचा हरामखोर आहे. त्यानं मला मुद्दाम सांगून ठेवलं होतं की, काहीही करून माझं नाव शिवाजी महाराजांशी जोडा. तुम्हीच सांगा, याची लायकी महाराजांचा जोडा होण्याची तरी आहे काय? आणि म्हणतो, शिवाजी महाराजांशी माझं नाव जोडा. फार आग्रह केला. शिवाजी महाराजांचं नाव घेण्यापूर्वी महराजांची सगळी विशेषणं वापरा. म्हणजे अप्रत्यक्षपणे मलाही लागतील. म्हणून काही तरी आयडिया करून 'छत्रपती शिवाजी टर्मिनस'चा उपयोग करून मी करीरोड-चिंचपोकळी झालो.

या आबासाहेबांचं चारित्र्य प्रदूषणयुक्त गंगाजलाप्रमाणे आहे. सूर्यग्रहण बघताना काच काजळीवर धरून ती काळी करतात ना, तसलं त्यांचं काळंकुट्ट चारित्र्य आहे. कसल काचेप्रमाणं पारदर्शक न काय? हे आपलं श्रोत्यांपुढं बोलण्यापुरतं.)

पहिले वक्ते दादासाहेब यांचं गुणवर्णन करणारं भाषण झालं. श्रोते काय समजायचं ते समजले. श्रोते तरी कसे काय आले? हॉल गच्च कसा काय भरला? सर्वांना सत्कारानंतर उत्कृष्ट जेवण होतं आणि प्रत्येकाच्या ताटापुढं स्वत: आबासाहेब भोजन दक्षिणा ठेवणार होते. सर्वांना टॅक्सीतून आणण्यात आलं होतं आणि टॅक्सीतून घरी पोचवलं जाणार होतं. मग श्रोते का बरं येणार नाहीत? आलेच पाहिजेत.

दुसरे वक्ते शंभूराव हे बोलण्यासाठी माइकपुढं आले. त्यांनाही पाकिटातून तीन हजार रुपये आधीच घरपोच करण्यात आले होते. त्यामुळे त्यांनाही आबासाहेब-गुणगान करणं भागच होतं. मराठीतल्या नामवंत वक्त्यांनाही जेमतेम एक हजार रुपये मिळतात. बहुतेक वेळा 'फु ना फू पा' वरच भागवलं जातं. (फू ना फु पा म्हणजे फूल ना फुलाची पाकळी) अशी वस्तुस्थिती या महाराष्ट्र देशी असताना आबासाहेबांनी भाषणं व्हायच्या आधीच तीन तीन हजार रुपये रोख दिले होते. त्यामुळे शंभूरावांनीसुद्धा आबासाहेब हिंगमिरे यांना स्तुतीच्या पाकातून, पाक निथळत निथळत बाहेर काढलं. तीन हजार रुपयांपेक्षाही अधिक (साधारण दहा हजार रुपये किमतीची, स्तुती शंभूरावांनी केली. शंभूराव आपल्या भाषणात म्हणाले,

''आबासाहेब हिंगमिरे म्हणजे साक्षात विष्णूचा अवतार आहेत. 'ना विष्णु:

पृथिवीपति:’ असं राजाबद्दल म्हटलं जातं. राजा म्हणजे प्रत्यक्ष विष्णूच होय. आबासाहेब हिंगमिरे यांची योग्यता खरं म्हणजे पंधरा ऑगस्ट एकोणीसशे सत्तेचाळीस साली उर्वरित हिंदुस्थानचे चक्रवर्ती सार्वभौम सम्राट होण्याची आहे. त्यावेळी त्यांचं कर्तृत्व अजून फुलायचं होतं. म्हणून चक्रवर्तीपदाचा तात्पुरता मान चक्रवर्ती राजगोपालचारी यांना मिळाला. आबासाहेब त्या वेळी नुकतेच प्रकाशात येत होते. नव्हे उदयाचालावर आबासाहेब हिंगमिरेरूपी नवीन सूर्याचा उदय झाला होता. ते काही वर्षं अगोदरच उदयाचलावर उगवले असते तर तेच स्वतंत्र हिंदुस्थानचे सम्राट झाले असते.

आबासाहेबांचं सम्राटपद आणखी एका कारणामुळे हुकलं. जगात जिकडे तिकडे ‘लोकशाही’ नामक सवंग राज्यपद्धतीचा ढोल वाजवून वाजवून जयजयकार केला जात होता. त्यामुळे पंधरा ऑगस्ट सत्तेचाळीस या दिवशी आबासाहेबांचं स्वतंत्र हिंदुस्थानचे सार्वभौम सम्राटपद हुकलं. जर ते सम्राट झाले असते तर काय झालं असतं माहीत आहे? शिवाजी महाराजांना गागाभट्टांनी राज्याभिषेक केला होता हे माझ्यासहित सर्वांना माहीत आहेच. त्याच गागाभट्टांना बोलावून आबासाहेबांना इंद्रपस्थ या नूतन राजधानीत विधिवत राज्यभिषेक केला गेला असता. असो. तरीही आम्ही आबासाहेबांना आमचे अनभिषिक्त सम्राटच समजतो.’’

कंसातले आबासाहेब :

(आबासाहेब एक नंबरचा हलकट आहे; एक नंबरचा हरामखोर आहे, त्याच एक नंबरचा खोटारडासुद्धा आहे. हा आब्या बोलतो एक आणि करतो दुसरंच. आबासाहेब अतिशय डांबरट आहे. सम्राटाच्या पायातलं खेटर व्हायचीसुद्धा लायकी नाही. ग्रामपंचायतीचा साधा पंच म्हणून उभा राहायची लायकी नाही. नशीब दांडगं घेऊन जन्माला आला आहे. त्यामुळे लाखो रुपये कमावून बसला आहे. जे जे लुटता येईल ते ते हा पाजी माणूस सतत लुटत असतो. या लुटण्यात स्त्रियांच्या अब्रूचाही समावेश आहे. लोकप्रतिनिधी असल्यामुळे चरायला कुरणं भरपूर आहेत. भूखंडाचं श्रीखंड तर पोटाला तडस लागेपर्यंत खाल्लं आहे. वेखंड, लोखंड, दोरखंड वगैरे काही नको. फक्त भूखंड पाहिजे असतात. महानगरातले मोक्याच्या जागी असलेले भूखंड शाळा, रुग्णालय, वाचनालय, वृद्धाश्रम, अनाथाश्रम, इत्यादी समाजसेवेची कारणं सांगून ह्यानं आपल्याच शासनाकडून आतापर्यंत हजारो चौरस फूट जागा केवळ दहा रुपये चौरस फूट ह्या नाममात्र भावानं खरेदी करून ठेवली आहे. आणि हीच समाजोपयोगी कार्ये शासनानंच करणं योग्य आहे असं ‘पटवून देऊन’ हेच भूखंड शासनाला एक हजार रुपये चौरस फूट या भावानं विकले. या व्यवहारात या आब्यानं एक कोटी रुपये कमावलेत. कुठून, कसे आणि

किती पैसे काढायचे ते भल्या भल्या लोकनेत्यांनी आणि लोकप्रतिनिधींनी या हिंगमिऱ्याकडून शिकून घ्यावं. परमेश्वरानं ओव्हर टाइम करून हा स्पेशल नग घडवला असावा असं वाटतं.) कंसाबाहेर.

''तर सांगायचा मुख्य मुद्दा हा की, आबासाहेब हिंगमिरे पदवीनं जरी 'भारतरत्न' नसले तरी स्वयंसिद्ध भारतरत्नच आहेत. मुळातच भारतरत्न असलेल्या आबासाहेबांना पुन्हा 'भारतरत्न' या पदवीनं सन्मानित करणं म्हणजे सोन्यालाच सोन्याचा मुलामा करण्यासारखं आहे. कनक आणि कांता हे जगामधल्या सर्व अनर्थांचं मूळ आहे. आबासाहेबांनी हे बाळपणीच ओळखलं होतं. म्हणून आबासाहेब, 'मातृवत परदारेषु परद्रव्येषु लोष्ठवत' (मातीच्या ढेकळाप्रमाणे) वृत्तीनं पाहात असतात. एकदा एका लावण्यवती तरुणीचा लाभ त्यांना सहज होत होता. तेव्हा आबासाहेब थोरल्या आबांसाहेबाप्रमाणेच (शिवाजी महारांजांना थोरले आबासाहेब म्हटलं जात असे) त्या सौंदर्यवती तरुणीला म्हणाले, 'अशीच अमुची सुंदर माता असती, आम्हीही सुंदर झालो असतो.' असं शुद्ध चारित्र्य! हल्लीच्या काळात, थोरले आबासाहेब आणि हे आबासाहेब हे दोघेच शुद्ध चारित्र्याचे आहेत. परस्त्रीच्या बाबतीत, 'शुकासारखे पूर्ण वैराग्य ज्याचे' असे आपले आबासाहेब आहेत. परस्त्री दिसली रे दिसली की, आबासाहेबांना आपण त्या स्त्रीचं लेकरूच आहोत असं वाटू लागतं. काय हे उदात्त वाटणं! असलं उदात्त वाटणं फार अवघड आहे. परद्रव्याविषयीही असंच वाटतं. एकदा त्यांना रस्त्यात चार आणे सापडले होते. ते उचलून खिशात टाकले असते तर कुणीही पाहिलं नसतं. पण आबासाहेबांचं व्रतच आहे, परद्रव्याकडे मातीच्या ढेकळाप्रमाणे पाहायचं. असं व्रत आजन्म पाळायला आबासाहेबांसारखंच कणखर मनाचं असावं लागतं. तुम्हा आम्हांला जर हे चार आणे सापडले असते तर आणखी बारा आणे आजूबाजूला कुठे सापडतात का ते धुंडाळत बसलो असतो. ते बारा आणे सापडले असते तर पूर्ण रुपया मिळाल्याचा आनंद झाला असता. पण आबासाहेबांपुढं श्रीराम, युधिष्ठिर, हरिश्चंद्र, ज्ञानेश्वर, तुकाराम यांचे आदर्श आहेत. अयोध्येतल्या रस्त्यावर चार आणे श्रीरामाने उचलून घेतले नसते. हस्तिनापूरच्या रस्त्यावर चार आणे सापडले असते तर युधिष्ठिरानं ते उचलून कनवटीला लावले नसते. आळंदीच्या रस्त्यावर किंवा देहूच्या रस्त्यावर चार आणे सापडले असते तर अनुक्रमे ज्ञानेश्वर माउलीनं किंवा तुकोबा माउलीनं उचलले नसते. तेच थोर आदर्श डोळ्यापुढं ठेवून, चार आणे उचलून खिशात टाकण्याचं अधर्म कृत्य आबासाहेबांनी केलं नाही. त्यांचं हे वागणं, इतरांनी त्यांचा कित्ता गिरवावा असंच आहे.''

कंसातले आबासाहेब :

(इतका वेळपर्यंत आबासाहेबांचे तीन हजार रुपये बोलत होते. पण कंसात सांगायचे आबासाहेब निराळे आहेत. प्रत्येक स्त्रीकडे मातेप्रमाणे बघतो, प्रत्येक स्त्री आई आहे असं मी मानतो. असं आबासाहेब दांभिकपणे सांगत असतात. त्यातल्या माता, आई या शब्दामागे गुप्तपणे 'स्वत:च्या मुलाच्या' आईप्रमाणे बघतात. यावरून सुज्ञांनी काय समजायचे ते समजावं. आतापर्यंत कितीतरी स्त्रियांवर ह्या आब्यानं मातृत्व लादलं आहे. आणि विश्वामित्राच्या पवित्र्यात पितृत्व नाकारलं आहे. 'अशीच अमुची असती सुंदर माता' जे मघाशी सांगितलं ना, ते तद्दन खोटं आहे, 'रिकाम्या' पोटी आलेल्या त्या तरुणीला आबासाहेबांनी 'भरल्या पोटी' ची 'तरतूद' करून पाठवलं.

चार आण्याचं उदाहरण फुकटचा मोठेपणा दाखवण्यासाठी आहे. लाखांनी रुपये हडप करणारा हा इसम लठ्ठ पोट सावरत, वाकून चार आणे उचलणं हे अशक्यच. म्हणून त्याचं किती भांडवल करावं? आबासाहेबांनी लाखो रुपये कमावलेत ते काय, कुबेरानं स्वर्गातून सुवर्णमुद्रांचा पाऊस पाडल्यामुळे काय? कनक आणि कांता म्हटलं की, आबासाहेब वाटेल त्या थरापर्यंत जातात आणि या गोष्टी हस्तगत करतात. महाहलकट, महापापजी, महास्त्रीलंपट असा हा इसम आहे.)

कंसाबाहेर :

"तर सांगायचं म्हणजे परम आदरणीय, परमवंदनीय, प्रात:स्मरणीय आबासाहेब म्हणजे शंभर टक्के शुद्ध चारित्र्याचे मुर्तिमंत साकार रूप आहे. सकलसदगुणमंडित असा सत्पुरुष इतरांना दिसावा म्हणून म्युझियममधे ठेवण्यासाठी ठरवलं तर आशिया, युरोप, आफ्रिका, अमेरिका, ओस्ट्रेलिया या पाच खंडांतून, आबासाहेबांशिवाय दुसरा पुरुष सापडणंच शक्य नाही. असं हे पृथ्वीच्या पाठीवरील एकमेवाद्वितीय, अप्रतिम, अनुपम, अजोड व्यक्तिमत्त्व आहे. त्यांचं गुणगान करायला एक सहस्त्र जिभासुद्धा अपुऱ्या पडतील. मग अल्पमती असा मी माझ्या एकुलत्या एक जिभेनं त्यांचं कितीसं वर्णन करणार? म्हणून मी आबासाहेबांना दीर्घायुष्य चिंतून माझे चार शब्द थांबवतो."

कंसातले आबासाहेब :

(खरं म्हणजे या हलकट माणसाबद्दल चांगलं बोलणं भाग पडतं हे मागल्या जन्मीचं पापच होय. या सत्कारसमारंभात बोलण्याचं नाकारलं असतं तर ते महागात पडलं असतं. त्यांनी बोलावून घेतलं असतं आणि म्हटलं असतं 'च्यायला, चांगले तीन हजार रुपये मोजून आधीच देतोय. कशासाठी भाषण करायचं नाकारतोय? ए भडव्या माज आला होय रे? दाखवू का हिसका? 'पाण्यात बुडून मेला' अशी

बातमी तुझ्याविषयी- पेपरात छापवून आणू का? भाषण करत नाही असं नुसतं बोल. म्याटर प्रेसकडे छापायला गेलंच म्हणून समज.' असली जीवघेणी धमकी कुणालाही महागात पडणारी असते. म्हणून आणि तीन हजार रुपये रोख दिले म्हणून हे असलं लाचार भाषण करावं लागलं.)

कंस पूर्ण.

नंतर आबासाहेबांचे बालमित्र प्रा. बुद्धिसागर माइकपुढं आले. ते म्हणाले, "मी आणि आबा - हो मी माननीय आबासाहेब हिंगमिरे यांना नुस्तं आबा असंच म्हणतो. कारण मी आणि आबा मराठी शाळेत, पहिलीपासून चौथीपर्यंत एकत्रच एका वर्गात होतो. तेव्हापासून आम्ही दोघे एकमेकांना अरे तुरे असंच म्हणत आलो. लोकप्रतिनिधी झाल्यावर मी त्यांना 'अहो' असं म्हटल्याबरोबर ते मला म्हणाले, 'मला अहो म्हणण्याचा आगाऊपणा करू नकोस. पुन्हा अहो म्हटलंस तर याद राख. बोलणंच बंद करून टाकीन.' आबानं अशी गोड तंबी दिल्यामुळे मी भाषणात एकेरीचा उल्लेख करतो. आबा लहानपणापासूनच निराळा वाटत होता. आमचं घराणं पूर्वापार मध्यमवर्गीयांचं. लहानपणापासूनच शाळा, अभ्यास, परीक्षा, पदव्या, नोकरी या चाकोरीतून जाणारं. आम्हाला तेच बाळकडू पाजण्यात आलं होतं. म्हणून मी एम. ए., पी. एच. डी. झालो. कॉलेजमधे प्राध्यापक झालो. पण आमचा आबा जगातल्या मोठमोठ्या लोकांप्रमाणे निराळाच निघाला. शाळेत असताना आबाचं शिक्षणात कधीच लक्ष नव्हतं. पहिलीपासून चौथीपर्यंत कसा तरी गेला. अनेक कर्तृत्ववान पुरुष लहानपणी चौथीत नापास झाले की शाळा सोडतात. चौथी नापास होणं, भविष्यकाळातील मोठेपणाचं प्रसादचिन्हच होय. हे प्रसादचिन्ह आमच्या आबाला मिळालं. मी चौथी पास झालो. ब्याण्णव टक्के मार्क मिळवून पहिला आलो. तेव्हाच मला माझं भवितव्य कळलं. सतत पहिला नंबर हे ध्येय पक्कं झालं. आबा एकोणीस टक्के मार्क मिळून सणसणीत नापास झाला. त्या बालवयातच मी ओळखलं की, आबा पुढं कुणी तरी मोठा माणूस होणार आहे. मला सांगायला आनंद वाटतो की, आबा किती मोठा झाला हे आपण पाहतोच आहोत. लोकप्रतिनिधी झाला आहे.

आबा शाळेच्या शिक्षणात जरी नापास झाला असला तरी शाळेबाहेरच्या 'जग - विद्यापीठा'चा तो एम. ए., पी. एच. डी. आहे. आबा आता सर्व विषयात तज्ज्ञ आहे. त्याला संस्कृत येतं, इंग्लिश येतं, हिंदी येतं. उर्दू येतं. गुजराती येतं. पण आमचा आबा पहिल्यापासूनच मराठीचा अभिमानी आहे. त्यामुळे तो मराठीशिवाय कोणत्याही भाषेत बोलत नाही. हा मराठी बाणा वाखाणण्यासारखा आहे. लोकांना वाटतं आबाला मराठीशिवाय दुसरी भाषाच येत नाही. तसं वाटणं साफ खोटं

आहे. आबाला आता सांगितलेल्या भाषांसहित सहा भाषांतून बोलता येतं आणि तमिळ, तेलगू, कानडी, मल्याळी, बंगाली, उडिया, आसामी, सिंधी, पंजाबी, काश्मिरी, जर्मन, फ्रेंच, रशियन, पोर्तुगीज आणि स्वीडिश अशा पंधरा भाषांतून अस्खलितपणे मौन पाळता येतं. ही सारी आबाची ज्ञानाची कमाई शाळा सोडल्यानंतरची आहे.

आबाला क्रिकेट, फूटबॉल, टेनिस, बॅडमिंटन, हॉकी हे खेळ उत्तम येतात. पण सत्तेचाळीस साली आपला देश स्वतंत्र झाला तेव्हा परदेशी खेळांवर त्यांनी बहिष्कार टाकला. तो बहिष्कार आज एकोणपन्नास वर्षं त्यांनी पाळला आहे. पुढल्या वर्षी या बहिष्काराचा सुवर्णमहोत्सव साजरा होईल. आबा गायला लागला की, समोर ऐकायला बसलेले भीमसेन जोशी, कुमार गंधर्व, किशोरी अमोणकर, प्रभा अत्रे, पंडित जसराज, बडे गुलाम अलीखाँ, अमीरखाँ, डी. व्ही. पलुसकर, मालिनी राजुरकर, मोघूबाई कुर्डीकर अशी थोर थोर मंडळी आनंदानं डुलू लागायची. आपण किती वेळ डुलत होतो याचं कुणालाच भान रहात नसे. सर्वांची ब्रह्मानंदी टाळी लागायची. डुलून डुलून भीमसेन, कुमार यांच्या माना दुखून जायच्या. घरी गेल्यावर आयोडेक्सनं मान चोळली म्हणजे त्यांना बरं वाटायचं. आमचा आबा हल्ली गात नाही. लोकसेवा, समाजकार्य, देशाची चिंता वगैरे महत्त्वाच्या कामामुळे त्याला गाणं गायला वेळच मिळत नाही.

पेटी वाजवावी तर आमच्या आबानंच. मागं आबा लहान होता तेव्हा त्याची पेटी गोविंदराव टेंबे यांनी ऐकली तेव्हा, प्रत्यक्ष गोविंदराव टेंबे बाल-आबाला म्हणाले, 'मी मोठा असूनही तुला शरण आहे.' आबा व्हायोलीन इतकं उत्कृष्ट वाजवतो की मागं एकदा गजाननराव जोशी म्हणाले होते, 'मी माझं व्हायोलीन पोटमाळ्यावर ठेवून टाकतो.' आमच्या शाळामित्र, वर्गमित्र, बालमित्र आबाच्या जुन्या आठवणी सांगाव्यात तवढ्या थोड्या आहेत. असाच आबा एकदा सतार वाजवत बसला होता. खालून पंडित रविशंकर कुठं तरी चालले होते. त्यांनी आबाचं सतारवादन ऐकलं आणि तडक वर आले. आल्या आल्या पंडित रविशंकर यांनी आमच्या आबाला कडकडून मिठी मारली आणि ते म्हणाले, 'इतना सुंदर सतारवादन मैने जिंदगी में कधी नही सुना था. मेरे दोनो कान धन्य धन्य हो गये.' सारंगी वाजवू लागला की, पंडित रामनारायण डुलायला लागायचे. आबाचं संतूरवादन ऐकण्यासाठी पंडित शिवकुमार शर्मा खास विमानानं आले होते. कारण त्यांना लगेच परत जायचं होतं. तबला वाजवावा तर आमच्या आबानंच. लहानपणी आबाचा तबला ऐकून प्रत्यक्ष तिरखवाँ म्हणाले होते, 'मै भी थोडा बहोत तबला बजाता हूँ. लेकिन आबा जैसा तबला बजाना मुझे इस जिंदगी की बात छोडो,

आगले सात जनम में भी नही जमेगा.' आबाचं सरोदवादन ऐकून अमजदखान म्हणाले होते, 'असली सरोदवादन क्या है यह मैंने आज सुना.' आबा बासरी अप्रतिम वाजवत असे. त्याची बासरी ऐकून हरिप्रसाद चौरसिया, केवड्याच्या बनात नाग डुलावा तसे डुलत होते. आबाच्या लहानपणी, आबाची बासरी ऐकून पन्नालाल घोषसुद्धा असेच डुलले होते.

आबाचा तत्त्वज्ञानाचा व्यासंग दांडगा आहे. त्याचं एक एक बोलणं म्हणजे एकेक 'आबोपनिषद' असतं. आबानं चौथीतून शाळा सोडल्यावर तत्त्वज्ञानाचा व्यासंग कधी केला कुणास ठाऊक? 'कोहम', 'सोहम' 'तत्त्वमसि' असं वेदान्ताचं सार सांगून आबा ह्या तीन महावाक्यांवर प्रवचन करू लागला की, तिथं आबा नसून याज्ञवल्क्यच बसले की काय असं वाटतं.

असा आमचा आबा सर्व-विद्यासंपन्न आहे, त्याला कोणताही विषय अविषय नाही. चौथी नापास झालेला माझा मित्र आबा याला मी दीर्घायुष्य चिंतून त्याची अल्पमतीनं मी केलेली स्तुती इथं संपवतो.

कंसातले आबासाहेब :

(हा आब्या एक नंबरचा ढ मुलगा. पहिलीपासून चौथीपासून सतत माझ्या शेजारीच बसायचा. नाकातला द्रव सारखा नाकाची सीमा ओलांडून सतत बाहेर येत असे. एकदा सुर्रर्र असा आवाज करून तो द्रव नाकात वरच्या बाजूनं ओढून घ्यायचा आणि तो पुन्हा खाली आला की एकदा डाव्या मनगटानं आणि दुसऱ्या खेपेला उजव्या मनगटानं फर्र करून आडवा हात मारून पुसायचा. प्रत्येक वर्षी कसाबसा पास व्हायचा. कधी ग्रेस मार्क देऊन पास केलं जायचं. चौथीच्या वार्षिक परीक्षेच्या वेळी त्याचा नंबर माझ्या शेजारीच होता. माझा पेपर हळूच वारंवार बघून तो त्याचा पेपर लिहीत असे. हा आबा एवढा गाढव की, त्याला स्वतःच लिहिता येणं दूरच पण माझा पेपर बघून कॉपीसुद्धा नीट करता येत नसे. अतिशय बुद्धू होता. नापास होताना त्याला एकोणीस टक्के मार्क तरी कसे मिळाले कुणास ठाऊक? कदाचित असं असेल, स्वच्छतेचे पाच मार्क आणि टापटिपीचे पाच मार्क असे दहा मार्क प्रत्येक पेपरांत वाढल्यामुळे तो एकोणीस टक्के मार्क मिळवू शकला असावा. पेपर कोरे दिले की स्वच्छतेचे पाच– पाच मार्क आपोआपच मिळतात आणि लिहिणं, खाडाखोड करणं वगैरे अजिबात न केल्यामुळे टापटिपीचे पाच-पाच मार्क आबानं सहज मिळवले असणार.

त्याची स्तुती करताना मी वाटेल त्या थापा मारून त्याला मोठा करतो. त्यानं तीन हजार रुपये दिले होते हे एक कारण आहेच, पण आबानं मला प्रेमळ तंबी दिली होती, 'विन्या (माझ्या विनायक या नावाचं प्रेमळ विकृतीकरण) सत्कार

समारंभात तुझं भाषण धी बेष्ट झालं पाहिजे. तू प्रोफेसर आहेस म्हणून मुद्दाम बजावून सांगतो, नाही तर माझ्याशी गाठ आहे.' 'माझ्याशी गाठ' हे प्रकरण मला महागात पडणारं होतं. सत्ता आणि पैसा त्यांच्याकडे भरपूर आहे. त्यानं मला पश्चिम महाराष्ट्रातून उचलून गडचिरोली जिल्ह्यात ताडोबाच्या जंगलात फेकलं असतं किंवा सरळ इहलोकातून परमलोकात कायमची बदली करून टाकली असती. मोठ्यांची एकदा का अवकृपा झाली की कसलं संकट येईल हे सांगता येत नाही. म्हणून मी आबाची तोंड फाटेपर्यंत स्तुती केल. करता काय? बाळमित्र ना?

हा आबा चौथीत होता तेव्हापासूनच बिड्या ओढत होता. हातभट्टीची चोरून पीत होता. पैसे लावून पत्ते खेळत होता. गावात दंगामस्ती करत होता. त्याच्या या बाळलीला वयाच्या वीस वर्षांपर्यंत चालू होत्या. पुढं लीलाचरित्राचे पुढचे अध्याय सुरू झाले. पोरींची छेड काढणं हा पुरुषार्थोद्योग त्यानं वयाच्या पंधराव्या वर्षीच सुरू केला होता. पोरीबाळींच्या भानगडी करू नये असा उपदेश मी त्याला त्याचा समवयस्क मित्र म्हणून करून बघितला. पण काही परिणाम झाला नाही. उलट तो मला म्हणाला, 'हमारे बनारसवाले गुरूने मुझे ऐसा कहा है की, रास्ते में जानेवाली लडकियों को 'छेडो' मत और छोडोमत.' मला गुरूची 'छोडो मत' ही आज्ञा पाळलीच पाहिजे. आबा त्या वयातच सगळे धंदे करू लागला.

विसाव्या वर्षाच्या थोडं आधी तो 'सोशल वर्कर' झाला. सामाजिक कार्यकर्ता निराळा आणि सोशल वर्कर निराळा. सामाजिक कार्यकर्ता नि:स्वार्थ बुद्धीनं खरोखरच सामाजिक कार्य करत असतो. पण सोशल वर्कर असतो, तो आपल्या विभागात आपलं वर्चस्व प्रस्थापित करून मिनीएचर लीडर बनतो. आबाच्या लीडरकीची सुरुवात अशी झाली. आबा, प्रथम मोहल्ल्यातल्या सार्वजनिक श्रीगणेशोत्सवाचा खजिनदार झाला. पुढं लक्षाधीश, कोट्याधीश होण्याचा हा शुभारंभच होता. सार्वजनिक कार्यामधे कामाचा देखावा करणं आणि सार्वजनिक पैसे वापरणं ही नेतृत्वाची दोन मूलभूत तत्त्वं आबानं आत्मासात करून भावी नेतृत्वाचा शुभारंभ आणि श्रीगणेशा साक्षात गणपतीच्या साक्षीनं सुरू केला. तिथून आबाचं स्थानिक नेतृत्व वाढत चाललं. नगरपालिकेच्या निवडणुकीत नगरसेवकपदासाठी उभा राहिला. विविध लटपटी, भानगडी करून आबा नगरसेवक म्हणून निवडून आला. पैसे खाण्याचा शुभारंभ आबानं गणेशोत्सवातच केला होता. आता द्रव्याहार वाढला. पैसे खाण्याचं क्षेत्र वाढलं. आबा, बांधकाम समितीचा अध्यक्ष झाला. कार्यकालात आबानं स्वत:चंच नवीन सुंदर घर बांधून घेतलं. पुढं आणखी भानगडी करून नगराध्यक्ष झाला. त्यानंतर तालुका पंचायतीचा अध्यक्ष, जिल्हा परिषदेचा अध्यक्ष झाला. सत्तेची क्षेत्रं वाढत गेली तसतशी संपत्तीही वाढत गेली. प्रत्येक खात्याच्या

आबाच्या वाटणीचा सिंहाचा वाटा या आकाराचा मोठा 'हप्ता' आबांना द्यावाच लागे. कोणत्याही खात्याचं काम असो, आबांचे हप्ते पोहोचते झालेच पाहिजेत. सगळ्यांच्या नाड्या आबांच्या हातात होत्या. या पदावर असताना आबांनी एवढा पैसा कमावला की, तो राज्याचा लोकप्रतिनिधी म्हणून सहज निवडून आला. तिथं गेल्यावर पक्षश्रेष्ठींना महादक्षिणा दिल्यावर आबा विशेष लोक-प्रतिनिधी झाला. मग काय विचारता? पैसे खाण्याचं कुरण हजारो चौरस किलोमीटरचं झालं. आता आबा इतका गडगंज श्रीमंत झाला आहे की त्याच्या खापरपणतूच्या नातवालाही गरीब होणं कठीण होऊन बसेल.

त्याच्या विविध क्षेत्रातल्या हुशारीबद्दल सांगायचं तर एकाच वाक्यात सांगता येईल. त्याला काहीही म्हणजे काहीही येत नाही. आबाला तो सत्तर वर्षांचा झाला तरी मराठी नीट येत नाही. इंग्लिश, संस्कृत वगैरे भाषाचं काय घेऊन बसलात? मी मघाशी असंही म्हटलं होतं की, आबाला एकंदर पंधरा भाषांतून मौन पाळता येतं. मौनच पाळायचं तर पंधरा ही मर्यादित संख्याच कशाला? जगातल्या सर्व भाषांतून मौन पाळतो असं सांगायला काहीही हरकत नाही. आबाला कोणताही पाश्चात्य खेळ येत नाही. कोणता खेळ कोण उत्तम खेळतो त्याची नावंही माहीत नाहीत. जी चार दोन खेळांची नावं आणि खेळाडूंची नावं माहीत आहेत त्यांची गल्लत करून बोलतो. एकदा पत्रकार परिषदेत तो प्रश्नांची उत्तरं देत होता. एका पत्रकारानं विचारलं, तुम्ही कोणत्या खेळात विशेष रस घेता?

तसं मला हॉकीमधे रस आहे. हॉकी खेळतो. पण सुनील गावसकरप्राणे मी धडाधड रन्स काढू शकत नाही. किंवा स्टेफी ग्राफप्रमाणे सफाईदारपणे किक मारू शकत नाही. पत्रकारांनी गालातल्या गालात हसत लिहून घेतलं. दुसरे दिवशी सर्व वर्तमानपत्रांतून आबाच्या क्रीडाकौशल्याची ही मुक्ताफळे ठळकपणे छापून आली होती. आबाला बाजाची पेटी सोडा पण साधी काड्याची पेटीसुद्धा वाजवता येत नाही. आबा गायला लागला तर 'हिज मास्टर्स व्हाईज' चा कुत्रा चित्रातून पळून जातो. मी काय काय बोललो ते शंभर टक्के खोटं आहे. पण तसं बोलल्यावाचून गत्यंतर नाही. आबा कधी काटा काढील याचा नेम नाही. आबांनी केलेली कृपासुद्धा कधी महागात पडेल याचा नेम नाही. 'अव्यवस्थित चित्तानाम प्रसादोपि भयंकर:' असं एक सुभाषित आहे. ते आबाला बरोबर लागू पडतं. केवळ नशीब, पैसे लुटण्याचं अभिजात ज्ञान, आणि सत्ता या भांडवलावर आबा आयुष्यभर काय वाटेल ते धंदे करत आला आहे. परवाच एका चौदा वर्षांच्या गरीब मुलीचा कौमार्यभंग केला. पण आबाचं वय चौदा पंचे सत्तर असल्यामुळे त्या मुलीचे पुढचे धिंडवडे वाचले. आबाबद्दल सांगावं तेवढं थोडंच आहे. (कंस पूर्ण)

कुणी तरी महिला प्रतिनिधी पाहिजेच. महिला प्रतिनिधी असली की, समारंभाला काकणभर शोभा अधिक येते. म्हणून सौ. प्रभावती यांना ते काम सांगितलं होतं. प्रभावतीला बोलणं भागच होतं. सर्व वक्त्यांची जी अडचण होती तीच हिचीही होती. नाही म्हटलं असतं तर बलात्कार करून ठार मारलं असतं.

सौ. प्रभावती म्हणाल्या,

"आज माननीय, आदरणीय आबासाहेबांचा त्यांच्या सत्तरीबद्दल सत्कार होत आहे हे पाहून माझ्या डोळ्यांतून आनंदाश्रू येत आहेत. (लगेच डोळे पदरानं पुसण्याची समयसूचकता तिनं दाखवली.)

केवळ आबासाहेबांमुळे मी माझा संसार करू शकते. माझे यजमान अपंग झाले आहेत. त्यामुळे ते घरीच असतात. अशा बिकट परिस्थितीत आबासाहेबांनीच मला अन्नाला लावलं, नाही तर मला माझ्या लहान मुलासहित काय करावं हा प्रश्न पडला होता. आम्ही तिघंच- पण प्रपंच कसा चालवायचा?

माझे यजमान अपंग व्हायच्या आधी तीन महिने मला दिवस गेले होते. पण ते प्रकरण तिथंच संपलं. आबासाहेबांचं कृपाछत्र होतं म्हणून मी त्यातून बाहेर पडले. आबासाहेबांनी त्यांच्या हायस्कूलमध्ये शिक्षिकेची नोकरी दिली. त्यामुळे माझा संसार उभा राहू शकला. माझ्या अपंग नवऱ्याला औषधोपचार करू शकले. त्याची शुश्रूषा करू शकले. एकुलत्या एक मुलाचं शिक्षण करू शकले.

आबासाहेब आहेत म्हणून माझ्यासारखा कितीतरी स्त्रियांना केवढा आधार वाटतो. अण्णासाहेब कर्वे यांच्यानंतर आबासाहेबच. स्त्रियांची अडचणींतून सुटका करणं हे व्रतच आबासाहेबांनी घेतलं आहे. हे व्रत आबासाहेबांनी स्वत: होऊन स्वीकारलं. 'की घेतले व्रत न हे आम्ही अंधतेने बुद्ध्याचि वाण धरिले करि हे सतीचे,' असं स्वातंत्र्यवीर सावरकर यांनी म्हटलं आहे. तरीही व्रत, सतीचं वाण वगैरे समान आहे. आबासाहेब नेहमी म्हणतात, 'यत्र नार्यस्तु पूज्यन्ते रमन्ते तत्र देवता:' म्हणून आबासाहेब स्त्रियांची पूजा करतात. स्त्रियांचा शतकानुशतके सन्मान करत आलेल्या महान भारतीय संस्कृतीचे आबाासाहेब क्रियाशील वारसदार आहेत. आबासाहेबांविषयी बोलताना माझा कंठ सतत दाटून येतो. आता तर कंठ फारच दाटून येत आहे. परमेश्वर, आबासाहेबांना दीर्घायुष्य देवो अशी प्रार्थना करून मी माझी आदरांजली आबासाहेबांच्या चरणारविंदी कृतज्ञतापूर्वक मनोभावे समर्पण करते"

कंसातले आबासाहेब:

(आबासाहेब हा नीच नराधम आहे. आतपर्यंत त्याने अनेक स्त्रियांचा पातिव्रत्यभंग, कौमार्यभंग केला आहे. अशा अनेक दुर्भागी स्त्रियांपैकीच मी एक

आहे. नवरा अपंग आहे, मला नोकरी नाही याचा फायदा उठवून दु:खितांचे अश्रू पुसण्याचं नाटक करून मला अन्नाला लावलं पण त्याच्या बदल्यात त्या पाजी इसमानं चक्क दमदाटी देऊन दहशत निर्माण करून माझ्याकडून स्त्रीसुख वसूल करून घेतलं. असहाय अशी मी काहीही करू शकले नाही. बोलून चालून मी अबला! त्या रानदांडग्या आणि धनदांडग्या माणसांपुढं माझं काय चालणार? मला त्याच्यापासून दिवस गेले हे कळल्यावर त्यानं बळजबरीनं गर्भपात करणं भाग पाडलं. एवढंच नव्हे तर पुन्हा कधीही गर्भ राहू नये म्हणून माझं ऑपरेशनही करून टाकलं. मला सांगायला लाज वाटते, संकोच वाटतो, भीती वाटते. हा आबासाहेब मनात आलं की माझ्याकडे येतो. हा पाजी हलकट माणसाची मला किळस वाटते. पण मी काहीही करू शकत नाही. असंच पिचलेलं, नासलेलं, आयुष्य जगत राहायचं.) कंसाबाहेर.

माननीय आबासाहेबांचा सत्तरी सभारंभ झोकात पार पडला. सर्वांना पंचपक्वान्नांचं जेवण आग्रह करकरून घातलं. वर्तमानपत्रांतून फोटोसह समारंभाची सुरस वर्णनं छापून आली होती. कंसातील मनोगते कंसातच राहिली. कंस मोडून बाहेर येण्याची थोडीच हिंमत आहे?

◆◆◆

८

मी कोण कोण?

'मी मी आहे' हे मी कोण या प्रश्नाचं मुलभूत आणि अधिकृत असं एकमेव उत्तर आहे. मी म्हणजे मी एवढ्यावरच हे प्रकरण थांबलं असतं तर बरं झालं असतं पण मी हे एकच प्रथमपुरुषी एकवचनी सर्वनाम. सर्व जग व्यापून आहे. 'मी' वाटतो तेवढा थोडक्यात आटोपणारा नाही. उलट प्रत्येक ठिकाणी, मी, मी, मी करण्याची सवय 'मी'ला आहे. कुठंही जा 'मी' आहे. फक्त कैवल्यावस्था प्राप्त झाली की, तिथं मात्र 'मी' अदृष्यच होतो, 'मी'चं अस्तित्वच समाप्त होतं. पण कैवल्यावस्थेपर्यंत पोहोचणारे ग्रेट मी अत्याल्पापेक्षा अत्यल्प असतात. कैवल्यावस्थेच्या प्रांगणातसुद्धा मी येतोच. हा मी महाचिकट आहे. 'कोहम' म्हणजे मी कोण आहे? इथंही मी कोण आहे हे कळल्यावरही ('तत्वमसि) पुन्हा डोकं वर काढतोच. मी म्हणतो,'सोहम' म्हणजे, 'मी 'तो' आहे.' मी म्हणजेच ब्रह्म आहे याची जाणीव झाल्यावरही त्या अत्युच्च अवस्थेतील वाक्याचा कर्तासुद्धा 'मी'च असतो. मी म्हणतो, 'अहं ब्रह्मास्मि'. आहे की नाही 'मी' ची कमाल? शेवटपर्यंत पिच्छा सोडत नाही. मी सर्व व्यापून दशांगुळं उरला आहे.

माणसाच्या जीवनात तर आयुष्यभर सावली, श्वासोच्छ्वास आणि मी सतत असतात. (अंधाराचा आणि सावलीचा रंग सारखाच आहे म्हणून अंधारात सावली दिसत नाही.) मी हा बहुरूपी आहे. संपूर्ण आयुष्यात कारणपरत्वे, उचापतीपरत्वे, कार्यपरत्वे, योगायोगपरत्वे, दैवपरत्वे मी अनेकानेक रूपांनी वावरत असतो. निरनिराळ्या माणसांचा एकेक 'मी' घेऊन एकच 'महामी' तयार करतो. त्या 'मी'ची किती रूपं होतात ते पाहा. त्यातले बहुसंख्य मी तुमच्या आमच्यापैकी आहेत. चला तर, मी-विश्वरूप दर्शन घेऊ या. प्रत्येक मी युक्त वाक्य स्वतंत्र आहे. परस्परांशी काही संबंध नाही. अथ मी उवाच:

मी जन्मलो.

मी जन्मलो तेव्हा मी आईवडिलांचा 'मुलगा' होतो. मी म्हणजे मुलगा.

मी तेव्हाच, वडिलांचे वडील, वडिलांची आई, आईची आई, आईचे वडील या चौघांचा 'नातू' झालो.

मी जन्मलो तेव्हा आजोबांच्या आई-वडिलांचा 'पणतू' झालो.

मी जन्मलो तेव्हा आजोबांच्या आजोबांचा आणि आजीचा 'खापरपणतू' झालो.

मी जन्मलो तेव्हा मी 'वंशाचा दीपक' झालो. 'मी जन्मलो', या दोन शब्दांमुळे केवढी नाती निर्माण झाली ती आणखी पहा म्हणजे समजेल. माझा जन्म झाला तो दिव्य क्षण! त्या एका क्षणानं माझे पाच पन्नास नातेवाईक निर्माण केले.

मी जन्मलो तेव्हा मी माझ्याच आई-वडिलांच्या अन्य पुत्रांचा आणि कन्यांचा 'भाऊ' झालो. आणखी नवीन नातं.

मी जन्मलो तेव्हा वडिलांचा भाऊ आणि भावाची बायको यांचा 'पुतण्या' झालो. ते काका-काकू आणि मी पुतण्या.

मी जन्माला आलो तेव्हा आईचा भाऊ आणि त्याची बायको माझे मामा-मामी झाले आणि मी लगेच त्यांचा 'भाचा' झालो. या जगात जन्माला येऊन एकच क्षण होतो न होतो तोच मी गोतावळ्यांचा कोण कोण झालो हे तुम्ही पाहिलंच आहे. ही कुटुंबावली इथंच संपत नाही. पुढं चालू.

मी जन्मलो तेव्हा वडिलांची बहीण माझी आत्या झाली. त्यामुळे मी तिचा 'भाचा' होणे क्रमप्राप्त आहे. मी जन्मलो तेव्हा त्याच क्षणी मी मुलगा, नातू, पणतू, खापरपणतू, पुतण्या, भाचा वगैरे नाना प्रकार झाले. पुढं मी मोठा झाल्यावर योग्य वेळी माझं लग्न झालं. लग्न झाल्यावर मी आणखी कोण कोण झालो याची यादीही मोठी आहे.

माझं लग्न झालं तेव्हा मला सर्वप्रथम मिळाली ती माझं बायको हे स्पष्टच

आहे. इथून पुढं 'मी'चा आणखी विस्तार सुरू झाला.

माझं लग्नं झालं त्या क्षणीच मी माझ्या बायकोचा 'नवरा' झालो, 'मी' वर जन्मभर पुरणारा आणखी भार इथून 'मी'ची आणखी रूपं:

माझं लग्न झालं तेव्हा, माझ्या बायकोच्या वडिलांचा आणि आईचा मी जावई झालो. सॉलीड मानसन्मानाचं नातं 'मी'ला मिळालं. मी, बायकोच्या माहेरच्या सर्वांचा 'बाळासाहेब' झालो. मग 'मी' चा थाट काय विचारायचा?

माझं लग्न झालं आणि लगेचच मी माझ्या बायकोच्या भावांचा आणि बहिणीचा मेहुणा झालो. 'भावोजी' हे संबोधन 'मी' ला प्राप्त झालं. (या 'भावोजी, बसा रावजी' इति सुरेखा पुणेकर.)

माझं लग्न झालं त्यानंतर लवकरच मी च्या धाकट्या मेहुणीचं लग्न झालं. मेहुणीच्या नवऱ्याचा मी 'साडू' झालो. (व्याख्या: एकाच सासऱ्याच्या दोन (अथवा अधिक) जावयांना एकमेकांचे साडू म्हणतात.)

माझं लग्न झाल्यावर मी बायकोच्या मामा-मामींचा 'भाचेजावई' झालो.

नुसती नातीगोती घेतली तरी 'मी' ची किती रूपं होतात. आता मी कुठं कुठं कोण कोण असतो तेही पाहू या. 'मी' ची ही विविध रूपं पाहून 'मी'चं बहुरूपीपण आणखीच प्रकर्षानं जाणवू लागेल.

मी शाळेत शिकायला गेलो तेव्हा 'विद्यार्थी' झालो.

मी शाळेत शिकवण्यासाठी गेलो तेव्हा 'शिक्षक' झालो. लगेच रूप बदललं.

मुलांचा बाप या नात्यानं शाळेला भेट द्यावी लागते. तेव्हा मी 'पालक' होतो.

मुलाचा प्रत्यक्ष बाप नसतो तेव्हा मी 'गार्डियन' होतो.- शाळेच्या संदर्भात.

मी एखादी वस्तू विकत घेण्यासाठी कोणत्याही दुकानात केव्हाही गेलो की लगेच 'गिऱ्हाईक' होतो.

रेल्वेनं, बसनं कुठंही जायचं असो. त्या वाहनात असताना मी 'प्रवासी' असतो.

मी गर्दीतला एक कुणीतरी असतो तेव्हा मी 'पब्लिकवाला' किंवा 'एक इसम' असतो.

मारामारी चालू असताना सुरक्षित अंतरावर उभा राहून मारामारीचं दृष्य पाहताना मी 'बघ्या' असतो.

मी ऑफिसात काम करताना चतुर्थ श्रेणीतला असतो तेव्हा 'शिपाई' (क्लास फोर नॉनगॅझेटेड ऑफिसर) असतो. तृतीय श्रेणीचा असताना 'कारकून' असतो. द्वितीय श्रेणीचा असताना 'हेडक्लार्क' असतो आणि प्रथम श्रेणीचा असताना 'बॉस'

असतो.

निवडणुकीत लोकप्रतिनिधी म्हणून निवडून आल्यावर प्रकारपरत्वे मी 'पंच', 'सरपंच', 'झेडपी सदस्य', 'आमदार', 'खासदार', 'नामदार' होतो.

फारसं शिक्षण न झाल्यामुळे घरकामं करु लागल्यावर मी 'घरगडी' किंवा 'रामा' होतो.

नाटक-सिनेमाच्या थेटरात दारं सांभाळण्याची नोकरी मिळाली तर मी 'डोअर कीपर' होतो आणि सिनेमाचं मशीन चालवायची नोकरी मिळाली तर मी 'ऑपरेटर' होतो.

ओझी वाहाणंच नशिबी आलं तर मी 'हमाल' होतो. 'मी' ला असंही व्हावं लागतं.

आणि नशीब बलवत्तर असेल तर मी 'उद्योगपती' होतो.

वाहन चालवण्याची नोकरी मिळाली तर हाच मी 'ड्रायव्हर' होतो आणि वाहनात प्रवाशांना तिकीट द्यायची नोकरी मिळाली तर तोच मी 'कंडक्टर' होतो.

मी सभ्य आहे तसाच दुर्जनही आहे. दुसऱ्यांला न कळत त्याच्या वस्तू लंपास करताना हाच मी 'चोर' होतो आणि आमने सामने सशस्त्र धाड घालतो तेव्हा मी चक्क 'दरोडेखोर' होतो.

खूप दारू प्यायल्यावर मी 'दारुड्या' होतो. मारामारी, बलात्कार, दादागिरी केली की मी 'मवाली', 'गुंड' होतो.

देवाच्या भजनी लागलो की मी 'भक्त' होतो. बायकोच्या आहारी गेलो की मी लगेच 'बायल्या' होतो.

हे सगळं काढलं की, मी 'लेखक' होतो.

९

हे कसं काय घडतं?

मला अनेक गोष्टींचं कुतूहल नेहमी असतं. अगदी लहानपणापासून ते या लेखातील हे वाक्य लिहीपर्यंत. हे आपलं चालूच असतं. शेकडो, हजारो गोष्टींविषयी मला जिज्ञासा असते. पण उत्तर मिळतंच असं नाही. तरीही हे कसं काय घडतं, हा प्रश्न काही माझी पाठ सोडत नाही. त्याचं नेमकं उत्तर नसलं तरी ती ती गोष्ट मात्र घडतच असते. जगात हे असं अगणित वर्षांपासूनच चालत आलं आहे. एक एक गोष्ट पाहूया.

केवडा हा सुगंधी पदार्थ आपल्याला माहीत आहे. केवड्याची पानं आणि कणीस यांना झकास वास येतो. हा सुगंध दरवळणारा केवडा वर्षातून अकरा महिने कुठं गडप झालेला असतो कुणास ठाऊक? श्रावणात आणि गणपतीच्या वेळी अचानकपणे तो बाजारात येतो. सगळाच्या सगळा केवडा खपतो. बस्स! पुन्हा केवडा पुढल्या वर्षापर्यंत गडप! प्रत्येक वर्षी हे कसं काय घडतं याचं मला नवल वाटतं.

रताळी! रताळ्यांचंही मला नवल वाटतं. रताळी महिनोनमहिन अक्षरश: अंडरग्राउंड असतात आणि आषाढी कार्तिकी एकादशी आणि शिवरात्र आली की गावोगावच्या बाजारात रताळ्यांच्या

टेकड्या दिसू लागतात. एकादशी, शिवरात्र झाली की रताळी पुन्हा गडप होतात. पुन्हा पुढल्या आषाढी एकादशीपर्यंत रताळ्यांचं दर्शन होत नाही. त्याचं पुढं काय होतं ही शंका मला नेहमी येते. आपल्याला खूप वाटलं की, रताळी उकडून दुधात कालवून खावीत. त्याच्या चकत्या तव्यावर तुपात परतून खाव्यात पण वाटून उपयोग काय? रताळी वर्षातून फक्त तीनदाच बाजारात दिसतात. हे कसं काय घडतं. एरवी रताळ्यांचं काय होतं?

दसऱ्याच्या दिवशी अचानकपणे लाखो झेंडूची फुलं कुठून येतात. एकट्या मुंबई शहरात लाखो रुपयांची झेंडूची फुलं खपतात. त्याच नेमक्या दिवशी झेंडूच्या झाडांना कसं काय कळतं की, उद्या परवा माणसांचा दसरा नावाचा सण आहे, आपण भरपूर प्रमाणात झेंडूना जन्म द्यावा. एरवी झेंडूची फुलं फारच कमी प्रमाणात दिसतात. लग्नाच्या स्वागत समारंभात वधूवराच्या मागच्या भिंतीवरच्या रंगीत पडद्यावर झेंडूच्या फुलांच्या माळा सोडलेल्या असतात. तेंव्हा त्या पाहून, 'वाहवा, वाहवा झेंडू हा सुंदर किती तरी खचित अहा' हे गाणं म्हणावंसं वाटतं. झेंडूची फुलं तेवढ्यापुरती येतात आणि पुन्हा गडप होतात. हे कसं काय घडतं?

बेलाची झाडं विविध ठिकाणी असतात. कुठं कुठं असतात हे तुम्हाआम्हाला माहीत नसतं. बेलाची पानं तशी नेहमीच्या फुलपुडीत असतात. किती? एक दोनच. पण श्रावणातल्या सर्व सोमवारी गावोगावी, गल्लोगल्ली वाटेल तेवढी बेलाची पानं मिळतात. श्रावण महिना संपला रे संपला की बेल गायब. श्रावणात सर्वच झाडांवर भरपूर पानं असतात हे बरोबर आहे. पण एकट्या मुंबईला लाखो बिल्वपत्रं पुरविणारी बेलाची झाडं कुठं आहेत. सर्वच विलक्षण वाटतं. पुढं शिवरात्रीला (पानांचा बहर नसताना) पुन्हा जिकडे तिकडे बेल दिसतो. हे कसं काय घडतं?

दिवाळीच्या दिवसात फटाके वाट्टेल तितके मिळतात. शेकडो दुकानातून मिळतात. यात विशेष असं काही नाही. परंतु क्रिकेट मॅचमध्ये भारताचा जय होणार की नाही याची कसलीही खात्री नसताना, अचानक जय झाला की, संबंध देशभर लगेच, जय मिळाल्याक्षणी ठो ठो ठो फाड फाड फाड ठो ठो ठो फटाके वाजू लागतात. हे फटाके, सीझन नसताना कुणाकडे मिळतात. ती दुकानं, फटाके वाजवणाऱ्या क्रिकेट प्रेमी मंडळींना नेमकी कशी काय माहीत असतात याचं मला आश्चर्य वाटतं. ही गावोगावची असंख्य मंडळी किती आधी फटाके आणून ठेवतात मला तर गूढच वाटतं. आता मॅच संपणार, अशा वेळी फटाके उडवण्याची जय्यत तयारी ठेवली आणि नेमका (बऱ्याच वेळा होतो तसा) भारताचा पराभव झाला तर ते फटाके पुन्हा कुठं ठेवतात? पुढच्या खेपेला तरी भारताचा जय होईल या आशेनं घरातच ठेवतात की परत करतात? मुख्य म्हणजे हे असे हुकमी फटाके मिळतात कसे?

मुंबईसारख्या मोठ्या शहरात मोर्चे नेहमी निघत असतात. कधी कधी एकाच दिवशी एकापेक्षाही अधिक मोर्चे निघतात. लहान मोठे राजकीय पक्ष, पाच पन्नास कामगार संघटना, गिरण्या, कारखाने, शिक्षण संस्था एक की दोन, प्रत्येकाचा मोर्चा असतो. कामगार संघटनांच्या मोर्च्याचं एक समजू शकतो. ते मोर्चे त्यांच्या पगारवाढीसाठी तरी असू शकतात. परंतु कोणत्याही राजकीय पक्षाचा मोर्चा असो, हजारो लोक त्याही मोर्च्यात सामील झालेले असतात. प्रत्येक राजकीय पक्षाला वाटतं की, जनता फक्त आपल्याच मागं आहे. ही इतकी माणसं आपापले नेहमीचे व्यवसाय, कामधंदा सोडून 'हजारों की ताकद में' कशी काय येऊ शकतात? धर्मनिरपेक्ष मोर्च्यातही हजारो लोक असतात आणि हिंदुत्ववादी (राजकारण्यांचा प्रतिशब्द : जातीयवादी) मोर्च्यातही हजारो लोक असतात. मागासवर्गीयाच्या मोर्च्यातही हजारो लोक असतात. साम्यवाद विरोधी मोर्च्यातही हजारो लोक असतात. अल्पसंख्यांक अशा एकाची हत्या झाली असता, निषेधाच्या मोर्च्यातही हजारो लोक असतात. सध्याच्या सरकारला विरोध करणाऱ्या मोर्च्यातही हजारो लोक असतात. तळकोकण अन्याय निषेध मोर्च्यात, स्वतंत्र विदर्भ मोर्च्यात, गडचिरोली जिल्हा दुर्लक्ष मोर्च्यात, नवीन होणाऱ्या जिल्ह्याचं ठिकाण याच गावी पाहिजे या मोर्च्यात हजारो लोक असतात. किती मोर्चे सांगावेत? प्रत्येक मोर्च्यात एवढे लोक कसे काय येतात? हे सगळं घडतं तरी कसं? कोणत्याही मोर्च्यात सामील व्हायला माणसं त्या दिवशी रजा काढतात की, तसेच येतात? हे घडतं कसं?

जो प्रकार मोर्च्यांचा, तोच प्रकार मोठमोठ्या सभांचा. प्रतिनिधिक ठिकाण म्हणून मुंबईतील शिवाजी पार्क घेऊ. 'भाजप' च्या सभेला हजारो लोक येतात. मैदान भरून जातं. टाळीबाज वाक्यांना हजारो टाळ्यांचा कडकडाट होतो. दुसरे दिवशी तिथंच शिवसेनेची सभा झाली की त्या वेळीही हजारो लोकानी मैदान गच्च भरतं. योग्य वेळी टाळ्यांचा कडकडाट होतो. तिसरे दिवशी माजी प्रंतप्रधान चंद्रशेखर आले तर त्यांच्या सभेलाही हजारो लोक येतात, टाळ्या वाजवतात. चौथे दिवशी सोनिया गांधी आल्यावर पुन्हा हजारो लोकांनी मैदान भरून जातं. भाषण खाली मान घालून सात मिनिटं वाचून दाखवलं तर, त्या भाषणाला (वाचनाला) चौदा वेळा टाळ्या मिळतात. उजवे कम्युनिस्ट तेवढीच गर्दी खेचतात आणि डावे कम्युनिस्टही. दोघेही टाळ्या घेतात. त्यांचे दोन दिवस झाल्यावर पुढच्या दिवशी तिथंच बहुजन पार्टीचे काशीराम येतात. काशीराम आहेत तरी कसे बघायला हजारो लोक येतात. सवयीनं या वेळीही टाळ्या वाजवतात. मग मुलायमसिंग येतात आणि त्यांना हिंदीतून कळलेला समाजवाद सांगतात. तेव्हा सुद्धा, अजिबात इंग्लिश न येणारे आपले माजी संरक्षण मंत्री कसे आहेत हे पाहण्यासाठी हजारो लोक येतात.

टाळ्यांची प्रथा कशाला मोडायची म्हणून या वेळीही लोक टाळ्या वाजवतात. तृणमूल काँग्रेसच्या ममता बॅनर्जी एक दिवशी येतात. अटलबिहारी वाजपेयींना हैराण करू पाहणाऱ्या या बाईंच्या सभेलाही माणसं येतात. केव्हाही टाळ्या वाजवून टाळ्यांची प्रथा कायम ठेवत असतात. हे सगळं कसं काय घडतं? कुणाचीही सभा असो, हजारो लोक येतात आणि टाळ्या वाजवून सहमत असल्याचा भास निर्माण करतात. प्रत्येकाच्या सभेला हजारो लोक येतात कसे? हे घडतं तरी कसं?

कोणत्याही रेल्वे स्टेशनवर लोकांना बसण्यासाठी बाकं ठेवलेली असतात. त्या बाकावर बसण्याचं भाग्य आपल्याला कधीच लाभत नाही. कारण, पहाटे तीनला जा, सकाळी आठला जा, संध्याकाळी साडेचारला जा, सर्व बाकांवर आपल्या आधीच लोक येऊन बसलेले असतात. त्यांची गाडी नेहमी आपल्या गाडीनंतरची असते. त्यामुळे ते तिथं चिकटून बसलेले असतात. रेल्वेच्या बाकांवर बसलेली माणसं नेहमी आपल्या आधीच कशी काय येऊन बसतात? हे कसं काय घडतं?

रेल्वे स्टेशनवरचं तिकीट ऑफीस, हे एक ठिकाण असंच आहे. आपण तिकीट काढायला गेलो की कायम रांग असते. आपल्यापुढं वीस, अठ्ठावीस, तेहतीस, बावन्न, सदुसष्ट लोक आधीपासूनच तयार असतात. आपण गेलो आणि आपलाच पहिला नंबर आहे असं सहसा होत नाही. कधी नव्हे ते माझा एकदा पहिला नंबर लागला होता. तिकिटासाठी पैसे देणार एवढ्यात ती खिडकी बंद झाली, 'भोजन का समय आधा घंटा!' हेही कसं काय घडतं?

ज्या दिवशी आपल्याला महत्त्वाच्या कामासाठी लोकल गाडीनं बोरीबंदरला जायचं असतं, त्यावेळी कल्याणपासून सर्व स्टेशनात एकच घोषणा सतत होत असते. "मुलूंड और भांडूप के बीच, एक मालगाडी पटरीसे नीचे उतरने के वजह सभी गाडीयोंकी यातायात अगली सूचना मिलने तक अनिश्चित काल बंद रहेगी।" हेही कसं काय घडतं?

टीव्हीवर चुकून जुना चांगला सिनेमा दाखवणार असल्याचं दोन-तीन दिवस आधीपासून लक्षात ठेवावं, त्यावेळी टीव्ही सुरू करावा, त्या सिनेमाचं नाव पडद्यावर वाचावं आणि लगेच लाईट बंद! वाटेल तेव्हा आणि वाटेल तितका वेळ लाईट जाणे हा विजेचा स्वभावच होऊन बसला आहे. तसंच घडतं. वीज पुरवठा बंद होतो, बंद होतो म्हणजे किती वेळ बंद हातो? सिनेमा संपून दुसरा भिकार कार्यक्रम (पर्यायी शब्द : नेहमीचा कार्यक्रम) सुरू व्हायच्या वेळी पुन्हा वीज पुरवठा सुरू होतो. ह्या सगळ्या गोष्टी घडतात कशा याचं मला नवल वाटतं.

१०

❈

चोर, तेव्हाचे आणि आताचे

चोरांना तशी फार प्राचीन परंपरा आहे. पुराणकाळात चोर होते. वैदिक काळातही चोर होते. विष्णूचे दहा अवतार आहेत. पहिला 'मत्स्यावतार' होता. शंखासुर नावाच्या राक्षसानं वेद पळवून समुद्रात नेऊन ठेवले होते, त्यासाठी विष्णूचा पहिला मत्स्यावतार होता. संस्कृतमध्ये चोरांनाही नमस्कार आहे. चोरांना नमस्कार, त्यांच्या प्रमुखाला नमस्कार असो. 'स्तेनाय नम:, स्तेनानां पतये नम:' असं म्हटलेलं आहे. स्कंद हा चोरांचा देव. चोरी कशी करावी याचं शास्त्रही संस्कृतमध्ये आहे. चोर आणि चोरी मनुष्यप्राण्याच्या जन्माबरोबरच जन्माला आली असावी, इतकी चोरी प्राचीन आहे. चौर्य ही नैसर्गिक प्रवृत्ती असून सभ्यपणा ही नंतर आलेली कृत्रिम गोष्ट आहे असं वाटतं. (वाटो! वाटो!)

आपल्याकडे शंखासुरानंतर नावाजलेला चोर म्हणजे 'मृच्छकटिक' नाटकातील शर्विलक हा चोर. देशाबाहेर बगदादचा चोर, अलिबाबा आणि चाळीस चोर हे प्रसिद्ध चोर आहेत. गोड गोड चोरही आहेत. उदाहरणार्थ गोकुळचा चोर. उपाशी प्रेमवीरांची हृदये चोरणारी सुंदर तरुणी वगैरे. असल्या हृदयांची साठेबाजी करत असतात.

तेव्हा हे उपाशी प्रेमवीर 'मेरा दिल चुरा गया' हे गीत भकासपणे गात बसतात.

चोरांमध्ये एक प्रतिष्ठित चोरांची जात आहे. हे प्रतिष्ठित चोर, पैसा-अडका, दागदागिने, सोननाणं काहीही चोरत नाहीत. ते फक्त इंग्लिश वाङ्मय चोरत असतात आणि आपल्या भाषेत रूपांतरित करून स्वत:च्या नावावर खपवत असतात. या प्रकारच्या चोऱ्या राजरोसपणे होत असतात. एवढंच नव्हे तर वाङ्मय चोरांचे सत्कारही होत असतात. त्यांच्या चोरून केलेल्या साहित्याचा अभिजात साहित्य म्हणून गौरव केला जातो. एवढेच नव्हे तर वाङमय चोर साहित्यिक प्रथम श्रेणीचे साहित्यिक म्हणून ओळखले जातात. चौर्यकर्म हा सर्वांनाच आवडणारा पण नाइलाजानं तसं बोलून दाखवता न येणारा व्यवसाय आहे. वाङ्मयचौर्य करणं ही सोय असून तसं बोलून दाखवणं ही गैरसोय आहे. तरीही वाङ्मयचौर्य करणारे लेखक, वाङ्मयचौर्य करण्यासाठी सतत धडपडत असतात. वाङ्मयचौर्य केलं म्हणजे विनापरिश्रम चांगल्या चांगल्या कल्पना फुकटात मिळून त्या आपल्या नावावर खपवता येतात. वाङ्मयचौर्यात ही मोठी सोय आहे.

चोरीचे हे प्रकार इथंच थांबवू या. मूळ मुद्द्याकडे म्हणजे तेव्हाचे चोर आणि आताचे चोर यांच्याकडे वळू या. तेव्हाचे म्हणजे केव्हाचे? तर स्वातंत्र्यपूर्व काळामधले चोर आणि आताचे म्हणजे स्वातंत्र्या नंतरच्या काळामधले चोर. स्वातंत्र्यपूर्व आणि स्वातंत्र्योत्तर काळातल्या चोरांत फार फरक आहे. तेव्हाचे चोरही एकंदरीत संख्येनं कमी होते. आर्थिक दृष्टिकोनातून पाहता, समाजाचीच एकूण आर्थिक परिस्थिती बेताचीच होती. ज्या घरात चोरी करायला जावं त्या घरात जेमतेम दीड-पावणे दोन रुपयांची चिल्लर असायची. तीसुद्धा आठ आणे कोनाड्यात, चार आणे खिशात, दोन आणं भिंतीतल्या फडताळात अशी विखुरलेली असे. बाहेरून आलेल्या चोराला घरातल्या अंधारात, ती पैसे ठेवलेली ठिकाणं सापडणार कशी? फडताळात दोन आणे आहेत. कोनाड्यात टोपीखाली आठ आणे आहेत हे नवागत चोराला सापडणं अशक्य असे.

बहुसंख्य घरातून कुणी ना कुणी स्त्री बाळंतीण असे. तर बहुसंख्य घरातून बाळंतिणीचं, आधीच्या बाळंतपणातलं दीड दोन वर्षांचं तान्हं मूल असे. ते मूल मध्यरात्रीचा मुहूर्त साधून रडत असे. त्यामुळे मुलाची आई तरी नक्की जागी असे. अशा परिस्थितीत चोरी तरी कशी करायची? म्हणून चोरांना बाळंतिणीचे घर वर्ज्य असे. स्वातंत्र्यपूर्व काळात विजेचे पंखे जवळ जवळ नव्हतेच असं म्हटलं तरी चालेल. त्या काळात स्त्रिया लुगड्याच्या पदरानं वारा घ्यायच्या; आणि पुरुष वहीच्या पुठ्ठ्याने किंवा हाताने वारा घ्यायच्या पंख्यानं वारा घेत असत. त्या काळात लहान मुलांना उकडत नसे. पुढं बऱ्याच वर्षांनी घरोघर विजेचे पंखे सुरू झाल्यावर मग

सर्वांना रीतसर उकडू लागले. अप्रतिम घामही येऊ लागला. हे इथं सांगायचं कारण, त्या काळात पुरुष अंगणात बाज किंवा खाट टाकून तीवर झोपत असत. त्या कुटुंबप्रमुख पुरुषाला ओलांडून घरात शिरून चोरी करण्याचे चोरांचे धाडस होत नसे. चोरीतून प्राप्ती बेताचीच होत असल्यामुळे चोरांची खाण्यापिण्याची आबाळ होत असे. त्यामुळे तेव्हाचे चोर किरकोळ प्रकृतीचे असायचे. शिवाय कुटुंबवत्सल असायचे. आपण चोरी करताना सापडलो, तर घरातली माणसं आपल्याला बदडून काढतील, पायात लंगडा करतील, आणखी काही बाही करतील. आपणच अपंग होऊन घरात पडून राहिलो तर बायकोमुलाचं कसं होणार, याची चिंताही तेव्हाच्या चोरांना असे.

तेव्हाचे चोर असे सर्वांगीण विचार करणारे असत. त्या काळात 'चॉपर' चा शोध लागला नसल्यामुळे तर बहुसंख्य चोर नि:शस्त्र पद्धतीनेच चोऱ्या करीत असत. अहिंसक पद्धतीच्याच त्या चोऱ्या असायच्या. दिवाळी, दसरा वगैरे सण आले म्हणजे चोराची बायको, चोराला म्हणायची, 'दुपारी चार-पाच तास झोपा म्हणजे रात्री चार घरं हिंडून चोऱ्या तरी करता येतील. दिवाळीत पोरांसाठी चार पदार्थ करायला, फटाके आणायला पैसे लागतील. आळस करू नका. चार घरी जाऊन चोऱ्या नाही केल्या तर लेकरांची दिवाळी कशी साजरी करायची?' यावरून स्वातंत्र्यपूर्व काळातील चोरांच्या आर्थिक हलाखीची कल्पना येईल. श्रीमंत लोक गावात मोजकेच असायचे. त्या एकेका घरावर चार-चारदा डोळा असायचा. त्यामुळे कुणालाच चोरी करता येत नसे.

असं असूनही त्या काळच्या काही चोरांत माणुसकीचा ओलावा असे. त्या काळातही बेकारी असे. कारण नोकऱ्या मिळण्याची ठिकाणं फारच मर्यादित असत. असाच एक सुशिक्षित बेकार नाईलाजाने चोरीच्या व्यवसायाकडे वळला. पूर्वी तो कवितासुद्धा करायचा. असा तो तरुण चोर एका घरात रात्री चोरी करायला गेला होता. त्या घरात अर्थातच अंधार होता. त्या अंधारात चोराचा पाय चुकून, झोपलेल्या व्यक्तीच्या पायावर पडला. ती व्यक्ती जागी झाली, 'कोण आहे?' असं विचारल्यावर चोर म्हणाला, 'मी चोर आहे.' मी चोर आहे, असं चोरानं स्वत: होऊन सांगायचं नसतं. हे चोरांचे रीतीरिवाज त्याला माहीत नव्हते. घरातल्या त्या पुरुषानं दिवा लावला. चोर तिथंच उभा. अशावेळी पळून जायचं असतं हा प्रघातही त्याला माहित नव्हता. आपण चोरी करायला आलो आहोत असं त्या चोरान, जणू काही सहज भेटायला आलो आहोत अशा ढंगात सांगितलं. 'घर चुकलास', असं तो पुरुष म्हणाला. यावर चोरानं त्या पुरुषाला विचारलं, 'तुमचा व्यवसाय काय?' तो पुरुष म्हणाला, 'मी कविता करतो आणि मासिकात माझ्या कविता प्रसिद्ध होत असतात.'

त्याचं हे बोलणं एकून चोराचं हृदय हेलावलं, डोळे पाणावले आणि आपल्या खिशातून दहा रुपयांचे नोट काढून त्याला दिली आणि गहिवरून म्हणाला, 'हे घ्या. असू देत खर्चायला' तात्पर्य तेव्हाचे चोर असे सहृदय असायचे.

तेव्हाचे दिवसही गेले आणि तसले चोरही गेले. त्या काळाच्या आणि चोरांच्या रम्य आठवणी तेवढ्या राहिल्या आहेत. आताचे म्हणजे स्वातंत्र्याच्या नंतरचे चोर एकदम निराळे आहेत. तेव्हाच्या चोरांची जशी आर्थिकदृष्ट्या ओढगस्तीची परिस्थिती असायची तशी हल्लीच्या चोरांची परिस्थिती राहिली नाही. स्वातंत्र्योत्तर काळात चौर्यकर्म विज्ञानामध्ये विलक्षण प्रगती झाली आहे. चोरांना इनकम टॅक्स नसतो. त्यांना इनकम टॅक्स भरावा लागला असता (हे वाक्य, वस्तुस्थितीसूचक दर्शवण्यासाठी, 'भरावा लागला असता' ऐवजी 'बुडवला असता' असं वाचावं) तर, सिनेमा नट-नट्यांच्या इनकम टॅक्स थकबाकीइतकी थकबाकी चोरांचीही निघाली असती. इनकम टॅक्सच्या विवरणपत्रात, 'सोर्स ऑफ इनकम' या कॉलममध्ये चोर काय लिहिणार? 'अमक्याची तिजोरी फोडली, तमक्याला चॉपरचा धाक दाखवून पैसे लुबाडले, घरातल्या वृद्ध स्त्रीची गळा दाबून हत्या केली आणि तिचं घर लुटलं', असं थोडंच चालतं?

पूर्वीच्या चोरांची मासिक प्राप्ती, त्याकाळचे शिक्षक, कारकून इत्यादी कनिष्ठ मध्यमवर्गीयांच्या जवळपासची असे. परंतु हल्लीचे चोर एका दिवसात लक्षाधीश होतात. देशातील दरडोई सरासरी उत्पन्न (पर कॅपिटल इनकम) ३१० अमेरिकन डॉलर्स आहे, तर कित्येक चोरांचं पर कॅपिटल इनकम वर्षाला इंग्लंडच्या १८४१० डॉलर्स, फ्रान्सच्या २३४७० डॉलर्स, जर्मनीच्या २५५८० डॉलर्स, अमेरिकेच्या २५८६० डॉलर्सच्या तोडीचं आहे. यावरून आपला देश गरीब असूनही चोरांनी मात्र आपली आर्थिक उन्नती किती झपाट्यानं करून घेतली आहे हे दिसून येतं. केवळ साहसाच्या जोरावर चोरांनी अफाट संपत्ती मिळवली आहे. नाही तरी संस्कृतमध्ये म्हटलेलंच आहे, 'साहसे श्री. प्रतिवसति' या सुभाषितास अनुसरूनच स्वातंत्र्योत्तर काळातील कित्येक चोर लक्षाधीश, कोट्यधीश झाले आहेत. आपला उद्धार आपणच करून घ्यावा या आशयाचं एक संस्कृत सुभाषित आहे. 'उद्धरेदात्मनात्मानं' यावरून चोर नुस्ती सुभाषित पाठ करणारे नसून ती सुभाषितं कृतीत आणणारे कृतिशील थोर पुरुष आहेत.

पूर्वीच्या चोरांना रात्रीच्या रात्री जागरणं करावी लागत असत. त्यामुळे त्यांच्या प्रकृतीवरही परिणाम होत असे. परंतु त्या काळात रात्रीच चोऱ्या करायची पद्धत असल्यामुळे चोरांचाही नाईलाज व्हायचा. हल्ली मात्र चोरीच्या वेळा बदलल्या आहेत. सगळ्या चोऱ्या, दिवसाढवळ्या आणि मालकाच्या आमनेसामने करण्याची

मॉडर्न पद्धत सर्वत्र रूढ झाली आहे. असं करण्याला एक तात्विक कारणही आहे. एका गीतामध्ये, 'उजेडात घडते पुण्य अंधारात पाप' असा चक्क सिद्धांतच मांडला आहे. या 'सिद्धांता'स अनुसरून रात्री चोऱ्या करून पापाचे धनी होण्यापेक्षा दिवसा गडगंज चोऱ्या करून गडगंज पुण्याचा संचय करणं, पारलौकिक स्वास्थ्याच्या (आणि ऐहिक समृद्धीच्या) दृष्टीनं योग्य आहे असा सुविचार करून बहुतेक चोर दिवसाच मोठमोठ्या चोऱ्या करून 'पुण्य'समृद्ध होतात. चोरांना दिवसा चोऱ्या करणं सोयीचं व्हावं म्हणून सर्व बँका, पेढ्या, सराफांची दुकानं, जवाहिऱ्यांची दुकानं, हॉटेलं, मोठमोठी दुकानंसुद्धा दिवसाच उघडी ठेवलेली असतात. पूर्वीच्या चोरांना चोरी केल्यावर पायीच जावं लागत असे. परंतु आताचे चोर 'मारुती' कारमधून येतात आणि चोरी करून 'मारुती' कारमधूनच जातात. आताचे चोर किती आर्थिकदृष्ट्या किती संपन्न आहेत हे त्यांच्याकडे असलेल्या कारवरून दिसून येतं.

◆◆◆

११

असलेही योगायोग

योगायोग म्हटलं की हिंदी सिनेमांची सर्वात अगोदर आठवण होते. हिंदी सामाजिक सिनेमा घ्या किंवा तसलाच कोणत्याही काल्पनिक कथेवरचा सिनेमा घ्या. प्रत्येक हिंदी सिनेमात योगायोगांची रेलचेल असते. असं काही तरी व्हायला आणि नेमकं त्याच वेळी तसं काही व्हायला गाठ पडली तर त्याला योगायोग म्हणतात. तुम्हाला कुणाचे तरी शंभर रुपये द्यायचे आहेत, कसे द्यावेत या विचारात असताना पोस्टमन नेमकी तुमच्या नावाची शंभर रुपयांची मनिऑर्डर घेऊन येतो. याला म्हणतात योगायोग. पाऊस धो-धो पडत आहे, ऑफिसला जायचा कंटाळा आला आहे आणि अचानक कुणाचं तरी दुःखद निधन झाल्यामुळे सरकारनंच सुट्टी जाहीर केली आहे, हाही दुःखद असला तरी योगायोगच होय. लोकलगाडीचं रूळ तुटणं, मालगाडी रुळावरुन घसरणं, रुळांवर पावसाचं पाणी साचणं, संतप्त प्रवाशांनी गाड्या बंद पाडणं, दंगलखोरांनी गाड्यांवर दगडफेक करणं, गाड्यांची मोडतोड करणं, आग लावणं वगैरे गोष्टी हल्ली योगायोगाच्या राहिल्या नसून त्यांना 'नित्याच्या' असे प्रमोशन मिळालं आहे.

दशरथ राजानं शिकार समजून बाण मारला

आणि नेमका तो बाण श्रावणाला लागला हा दुर्दैवी योगायोग. योगायोग अनपेक्षितपणे होत असतात. योगायोग हे कधी तरी होत असतात. योगायोग तसे दुर्मिळ असतात. पण हिंदी सिनेमावाले पूर्वनियोजित अशा योगायोगांची एक लांबलचक यादीच तयार करुन ठेवतात आणि सिनेमा तयार करताना एकेक योगायोग त्या-त्या पूर्वनियोजित वेळी सोडून देतात. सगळे योगायोग क्रमाक्रमाने पूर्व नियोजित वेळी आणि प्रसंगी सोडायचे. इतकं सगळं सुनियोजित असूनही त्याला योगायोग म्हणायचं असा हिंदी सिनेमाचा संकेत ठरुन गेला आहे.

हिरॉईन झपाझपा (शंभर दीडशे,झपाझपा) चालत असते. दगडधोंडे, माळरान, झाडंझुडपं, खडक, दगडधोंडे यातून ती कुठं तरी उंच जाते. तिथून ती खालच्या नदीत, समुद्रात (जे काही असेल त्यात) उडी मारण्यासाठी पदर कमरेला खोचते (खरं म्हणजे अशा वेळी पदर वगैरे खोचण्याचं तसं काही कारण नाही) आता झेप घेणार अशा त्या विलक्षण त्या क्षणी हिरो मागल्या बाजूनं येतो, गचकन तिची मानगूट पकडतो आणि तिला आत्महत्येपासून परावृत्त करतो. हा सीन मी किती तरी हिंदी सिनेमातून पाहिला आहे. हिरो इतक्या कर्रेक्ट टायमावर येतो की त्याला मानलंच पाहिजे. एक दशांश सेकंद सुद्धा उशीर न करता ती झेप घेऊन खाली पडणार तो दिव्य एक दशांश सेकंद बरोबर साधून हिरो तिथं टपकतो. हा योगायोग नेहमी चालू असतो. म्हणून हिरॉईन झालेली ठकी तावातावानं आत्महत्या करायला चालली की मी मनाला फारसं लावून घेत नाही. चक्क खारे शेंगदाणे खात हिरो नावाचा ठोंब्या अंतिम एक दशांश सेकंदाला तिथं उपटण्याची वाट पाहतो. खरं म्हणजे वाटही पाहत नाही. तो येतोच. पूर्वनियोजित योगायोग आहे. जातो कुठं लेकाचा?

मुलीच्या बापानं ठरवलेलं मुलीचं लग्न इंटरव्हल व्हायच्या आतच विस्कटलं जातं, हा एक पेटंट योगायोग हिंदी सिनेमात असतो. लग्नाचं होमहवन चालू असतं. भटजी काही बाही मंत्र म्हणत असतो. मधेच योग्य वेळी भटजी म्हणतो, 'कन्याको बुलाईये', हा डायलॉग अक्षरश: वांझोटा असतो. भटजीने वाक्य बोलल्याक्षणीच मी मनात म्हणालो, 'कार्टी, बेकार हिरोचा हात धरून मागल्या बाजूनं पळून गेली असणार.' अगदी तस्संच होतं. हिंदी सिनेमात असले योगायोग मुद्दाम ठरवून आणावे लागतात. पब्लिकला आवडतात म्हणून तर हिंदी सिनेमावाल्यांकडे, पब्लिकला आवडणाऱ्या छान छान, वाईट वगैरे योगायोगांची यादी कायम तयार असते. सिनेमात जसजशी योग्य सिच्युएशन येईल, तसतसा एकेक पूर्वनियोजित योगायोग सोडून दिला जातो.

हिंदी सिनेमातल्या योगायोगांचं बघून बाहेरच्या इतर शेकडो योगायोगांनाही असं वाटू लागलं की, आपणच काय म्हणून अवचित, अचानक जावं? तसं

अचानक जायचं यापुढं सोडून दिलं पाहिजे. योगायोगाचे जुने संकेत आता मोडीत काढले पाहिजेत. 'तीन साडेतीन वर्षांत आपण एकविसाव्या शतकामध्ये जाणार आहोत. तेव्हा योगायोगांची अनपेक्षित येण्याची जुनाट सवय सोडून नव्या स्वरूपातल्या योगायोगांनी आपण एकविसाव्या शतकाला सामोरे गेले पाहिजे' असं एका एकविसाव्यानं झपाटलेल्या पुरोगामी विचारवंतानं सांगितलं. म्हणजे नेमकं काय आणि कसं करायचं ते मात्र सांगितलं नाही.

हल्ली योगायोगांची वारंवारता वाढत चालली आहे. काही योगायोग त्या-त्या संदर्भात इतके अचूक आणि वेळच्या वेळी येतात की त्यांना योगायोग म्हणताना आपल्यालाच संकोचल्यासारखं वाटतं. तुम्हा आम्हांला असल्या योगायोगांना नेहमी तोंड द्यावं लागतं. असले किती तरी योगायोग तुमच्या सुद्धा परिचयाचे असतील. हिंदी सिनेमांतल्या पूर्व नियोजित योगायोगाप्रमाणे आपल्यालाही ठराविक योगायोगांचा अनुभव वारंवार येत असतो.

थोडसं तुमच्या योगायोगानंच सुरुवात करूया. तुम्हाला नेहमी कुठून कुठून पत्रं येत असतात. तुमच्या कामकाजामुळे हा पत्रव्यवहार बऱ्यापैकी आहे. तुम्ही अमुक ठिकाणाहून दहा हजार रुपयांचा चेक यायचा आहे, तमुक ठिकाणाहून अमुक पर्मिट यायचं आहे, म्हणून तुम्ही रोजच्या टपालात ते आहे का हे उत्सुकतेनं बघत असता. चेकही आलेला नसतो आणि पर्मिट अजून तयारच झालेलं नसतं. आणखी एखादं पत्र टपालात गहाळ झालेलं असतं. हे एक झालं. अपेक्षित टपालाची ही स्थिती. पण टपाल कितीही गहाळ झालं तरी मुंबईच्या कॉलेजात शिकत असलेल्या चिरंजीवाचं (दिवट्या म्हणायचं राहिलं होतं.) साधं पोस्टकार्ड मात्र कुठंही गहाळ न होता, उशीर न होता तडक दुसऱ्या-तिसऱ्या दिवशी येतं. त्यात त्यानं तुम्हाला असं लिहिलेलं असतं की, 'ताबडतोब दोन हजार रुपये पाठवा. वाट पाहात आहे. नाही तर परीक्षेला बसता येणार नाही, (शेवटचं वाक्य म्हणजे थाप.) हे पत्र कसं काय गहाळ होत नाही. हा योगायोग घरोघरी पाहायला मिळतो. विम्याच्या हप्त्याची नोटीस, इन्कम टॅक्स ऑफिसचं कडक प्रेमपत्र, टेलिफोनच्या तुंबलेल्या बिलाची नोटीस आणि अशा प्रकारचं टपाल तसं साध्या टपालानंच पाठवलं जातं. रजिस्टर करून कुणी पाठवत नाही. तरीही शेकडो गायींच्या कळपात, आपली मातोश्री असलेली गाय कोणती हे ज्याप्रमाणे वासरू बरोबर शोधून काढतं, त्याप्रमाणे हजारो पत्रांच्या ढिगाऱ्यातून असली पत्ररूपी वासरं तुम्हीरूपी गायीकडे बरोबर येऊन बिलगतात. (बिलगतात कसली? धडकतातच.) असले योगायोग तुमच्याप्रमाणेच सर्रास इतरत्रही चालू असतात. योगायोगानांही हल्ली ठराविक पद्धतीनं यायची सवय लागलेली दिसते.

मराठीतले एका चांगल्या मासिकाचे संपादक बोलण्यात मिस्किल होते. ते एकदा गप्पा मारता मारता मला म्हणाले होते, "हल्ली पूर्वीसारखे योगायोग कधीतरी येत नाहीत. माझ्याकडे येणाऱ्या योगायोगांची स्टाईल निराळीच आहे. रोज टपाल बरंच येत असतं. मासिकाचंच कार्यालय असल्यामुळे अनाहूत साहित्याचा गठ्ठाही असतोच. टपालातली पाकिटं जेव्हा मी उघडतो तेव्हा प्रत्येक पाकीट उघडताना मला अशी आशा वाटते की, या पाकिटात बाहेरगावच्या एजंटांनी पाठवलेला चेक असेल. पण अशा आशेने जेव्हा मी प्रत्येक पाकीट फोडतो, तेव्हा या प्रत्येक पाकिटातून एजंटांचा चेक नसून अनाहूतपणे कुणी तरी पाठवलेली कविता टुणकन उडी मारून पाकिटाबाहेर पडते. मला या चमत्कारिक योगाचं आश्चर्य वाटतं. याच्या उलट योगायोग मात्र कधी घडत नाही. या पाकिटात कविता असेल म्हणून उघडल्यावर त्यातून मात्र चेक काही बाहेर पडत नाही. तिथंही भिकार कविताच असते. या योगायोगानं मी नेहमी हैराण होतो." एवढं सांगून झाल्यावर संपादक पुढं म्हणाले, "एकदा मात्र टपालातलं एक पाकीट पाहून माझा चेहरा सुखावला. फ्रॉमच्या जागी बाहेरगावच्या एजंटाच्या पत्त्याचा रबरी स्टॅप मारला होता. आता शंकाच नको. एजंटाकडून आलेलं टपाल आहे. आत नक्की चेक असणार म्हणून मी मोठ्या आनंदानं टपाल फोडलं. चेक कुठं ते पाहू लागलो. पण, चेक नव्हता. एजंटांनही एक भिकार कविताच पाठवली होती. कवितेसोबत पत्र होतं. त्या पत्रात एजंटानं लिहिलं होतं, 'कविता छापल्यावर मागल्या महिन्याच्या हिशेबाचा चेक पाठवतो.' त्यावेळी चेक नको पण कविता आवर अशी माझी अवस्था झाली. मी या ठराविक योगयोगानं हैराण झालो आहे."

आपल्यालासुद्धा मधून-मधून चेक येतात पण इथंही योगायोग आहेच. आपल्या नावे चेक आल्यावर आपण चेक बँकेत आपल्या खात्यात भरतो. काही दिवसांनी बँकेकडून तो चेक आपल्याकडे तो न वटल्यामुळे परत येतो. आपल्या नशिबातला चेकचा योगायोग असा असतो. जानेवारी महिन्यात येणारे चेक हमखास परत येतात. कारण चेकवरचं वर्ष, वर्षभराच्या सवयीमुळे गतवर्ष लिहिलेलं असतं. ते निस्तरेपर्यंत महिना जातो. असले योगायोगही आपल्याच नशिबी असतात.

आपण रेल्वेच्या तिकिटाचं आरक्षण करायला जातो तेव्हा आपला नंबर रांगेत खूप लांब असतो. आपण कितीही लवकर जाऊन रांगेत पहिल्या नंबरावर उभा राहायचं ठरवलं तरी, योगायोगच असा नाठाळ असतो की, त्या भल्या अरुणोदयसमयी, किंवा उषःकाळीही आपल्या अगोदर दहा वीसजण रांगेत येवून उभे राहिलेले असतात. योगायोग! दुसरं काय? मुंबई, ठाणे, कल्याण, पुणे या रेल्वे स्टेशनात आरक्षणासाठी मोठ्या रांगा असतात. त्या रांगेत आपण पहिल्या

नंबरवर उभा राहायला मागल्या जन्मीचं पुण्यच असलं पाहिजे. म्हणून मी पहिल्या नंबरचं एक छोटंसंच सुखस्वप्न मनाशी बाळगलं होतं. बोरीबंदर (छ.शि.ट.) स्टेशनात मूत्रालय आहे. तिथंही नंबरातच उभं रहावं लागतं. निदान जलोत्सर्जन स्थानी तरी आपला पहिला नंबर असावा, असं मला नेहमी वाटे. परंतु मी तिथे त्या कार्यासाठी जेव्हा-जेव्हा गेलो तेव्हा त्या 'धारातीर्था' वरसुद्धा माझा नंबर पाचवा सहावा असतो. इथंही सतत ठराविक योगायोगच असतो. हल्ली सर्व प्रकारच्या योगायोगांनी आपलं पूर्वीचं अचानकपण सोडून दिलं आहे, आणि आपल्या येण्याचं वारंवारीकरण करून टाकलं आहे.

◆◆◆

१२

❧

मित्र कसे तोडावेत

मित्र कसे जोडावेत, लोकांवर छाप कशी पाडावी या विषयावरचं, डेल कार्नेजीचं, 'हाऊ टू विन फ्रेंडस अँड इन्फ्लुअन्स दि पीपल' या नावाचं पुस्तक जगप्रसिद्ध आहे. या पुस्तकामुळे किती लोकांना किती मित्र मिळाले, किती लोकांनी किती लोकांवर छाप पाडली कुणास ठाऊक? परंतु पुस्तकाची विक्री मात्र तडाखेबंद झाली. काही काही गोष्टी अशा असतात की, त्याविषयी शतकानुशतकं परंपरेनं चांगलंच बोललं जातं, किंवा वाईटच बोललं जातं. तसे संकेतच ठरून गेले आहेत. खेडेगावातली माणसं भोळीभाबडी, शहारातली माणसं चारशेवीस, चाप्टर, चालू, चापलूस, चोर, चैनी, चमचे, चावट, चतुर, चाणाक्ष, चंगळवादी वगैरे असतात आणि खेड्यातली माणसं, भोळी, भाबडी, भावुक, भक्तिमार्गी, भीरु, भावनाप्रधान, भित्री, भुलणारी, भुकेली, भाविक वगैरे असतात. थोडक्यात म्हणजे शहरातली माणसं 'च' च्या बाराखडीतली असतात तर खेड्यातली माणसं 'भ'च्या बाराखडीतली असतात.

मित्र आणि शत्रू यांच्या बाबतीतही असेच ठोकळेबाज संकेत ठरून गेले आहेत. मित्र म्हणजे

देवाचा अवतार आणि शत्रू म्हणजे नरराक्षस असं एकदा ठरून गेलं आहे. उलट मित्रच फार महागात पडतो. मित्र असल्यामुळे काही बोलता येत नाही. शत्रू परवडला. एकदा कडाक्याचं भांडणं झालं की कायमची ताटतूट. युयम, युयम आणि वयम वयम! शत्रूचा आपल्याला दैनंदिन जीवनात त्रास नसतो; परंतु मित्र मात्र अक्षरश: वैताग आणतो. मनातून वाटत असतं मित्राची मैत्री तोडून टाकली पाहिजे. या बाबतीत कित्येकांनी विचार करून मैत्री तोडलीसुद्धा. अशा काही व्यक्तींना मी भेटलो आणि म्हणालो, 'मित्र कसे तोडावेत याबद्दलचे तुमचे स्वत:चे अनुभव सांगा' त्यांनी आपापले अनुभव सांगितले. त्यापैकी काही निवडक अनुभव इथं सांगत आहे.

वासुदेवरावांना मित्रापासून फार त्रास होत होता. ते म्हणाले,"मी स्वत:च मित्राच्या स्टाईलिनं वागू लागलो. माझ्या मित्राचं नाव आहे यशवंत. हा लेकाचा स्वत:चं काहीही बाळगत नाही. प्रत्येक खेपेला माझ्याकडे येतो आणि स्वत:ला पाहिजे असलेली वस्तू माझ्या देखत उचलून नेतो. परत आणून देतो, असं नुसतं म्हणतो. आणून देण्याची बात नाही. राजकारणी लोकांवर भ्रष्टाचाराचे आरोप, खटले भरणं वगैरे धुमधडाक्यानं सगळ्या वर्तमानपत्रांतून छापून येतं. पण पुढं काय होतं कळतच नाही. (कळलंच तर ते (सहीसलामत) निर्दोष सुटल्याचं कळतं) मित्रानं नेलेल्या वस्तूचं तसंच होतं. नेलेलं कळतं पण परत येणं हा प्रकार त्यात नसतो. यशवंतला ट्रिपला जायचं असेल तर, त्याच्याकड फक्त दोनच गोष्टी असतात. एक म्हणजे जन्माच्या वेळी परमेश्वरानं दिलेलं आणि पुढं आपोआप वाढत गेलेलं शरीर आणि लज्जारक्षणार्थ लेंगा आणि अंगावर आणखी काही तरी असावं म्हणून सदरा. हा जेव्हा ट्रिपला जातो तेव्हा, माझा चांगला बुशशर्ट, चांगली पॅंट, गॉगल, थर्मास, वॉटरबॅग, कॅमेरा, शाल, स्वेटर, स्कार्फ, बूट, पायमोजे इतक्या माझ्या वस्तू नेतो. त्यातल्या काही वस्तू गहाळ होतात, काही वस्तू निरुपयोगी होतात. यशवंताचा हा वैताग नेहमीचा आहे. मित्र म्हणून बोलला येत नाही. मैत्री तोडायची कशी याचा मी विचार करत होतो, उपाय सापडला.

तो संध्याकाळी सहा वाजता कामावरून येतो हे मला माहीत होतं. म्हणून संध्याकाळी पाच वाजताच त्याच्या घरी जाऊन वहिनीशी साध्या गप्पा मारत बसू लागलो. सहा वाजता तो आला की निघण्यासाठी उठतो. यशवंताला म्हणतो, "अच्छा, निघतो मी. तासभर वहिनीशी गप्पा झाल्या. चहा झाला. उशीर झाला. अच्छा!"

असं मी पाच-सहा वेळा केलं. त्यामुळे यशवंताला संशय येऊ लागला. हळूहळू तोच मला टाळू लागला. मी घरी नसताना हा (म्हणजे मी) तास तास

बसतो. हलकट, बेशरम, हरामखोर! (मला बहाल केलेली विशेषणं) पुढं पुढं तर तो समोर भेटला तरी बोलत नसे. मी मनात म्हटलं, 'मात्रा बरोबर लागू पडली.' मित्र या नात्यानं यशवंत तुटला. आता कसं मोकळं मोकळं वाटतं. माझ्या सर्व वस्तू घरात सुखरूप आहेत. त्याची बायको मला भावासारखी मानते, राखी बांधते, मी भाऊबिजेला तिला ओवाळणी घालतो. हे सगळं त्याला माहीत होतं. तरीही मी नसताना येतो म्हणजे काय? संशयानं त्याला घेरलं. तो स्वत: होऊन माझा शत्रू झाला.''

आता केशवरावाकडे वळू या. ''केशवराव, तुम्ही तुमचा मित्र कसा तोडला?''

''माझा मित्र फार लोचट होता. तुटता तुटत नव्हता. घरचा चांगला होता. पण उठसूट माझ्याकडे येऊन फालतू बडबड करत बसायचा. सकाळ, दुपार, रात्र कोणतीही वेळ त्याला वर्ज्य नव्हती. रात्री बारा वाजले तरी हलायचा नाही. मध्येच तो कधी,''वहिनी बटाटे-पोहे खावेत तर तुमच्या हातचे, वहिनी आज बटाटेवडे करा, वहिनी कॉफी करा.'' अशा ऑर्डरी सोडत राहायचा. वेळी अवेळी येऊन तासनतास ठिय्या मांडून बसल्यामुळे आम्हाला खाजगीपणा असा राहिलाच नाही. खूप विचार केला. एक आयडिया सुचली. तो घरचा चांगला असल्यामुळे त्याच्याकडे बरीच मोठी रक्कम उसनी म्हणून मागायचं मी ठरवलं. एके दिवशी सकाळी सकाळीच त्याच्या घरी गेलो.''

केशवराव पुढं सांगू लागले, ''गेल्या गेल्या मीही मित्राचीच आयडिया केली. मित्रा, वहिनींना कांद्याची भजी करायला सांग.'' झक मारत करणंच भाग होतं. भजी खाऊन झाली. चहा झाला आणि मी विषयाला हात घातला. मी म्हणालो,''मला एक रक्कमी पंचवीस हजार रुपये पाहिजेत. मी मात्र हप्त्याहप्त्यानं पैसे परत करीन.'' खलास! मित्राचा चेहराच पडला. मी रेटून पुढं बोलत राहिलो. ''तू माझा जीवश्च कंठश्च मित्र. रोज घरी येऊन हक्कानं, पोहे, भजी, कांद्याची थालपीठं खाणारा! तू मला पंचवीस हजार रुपये शंभर टक्के देणार या आत्मविश्वासानं मी तुझ्याकडे आलो अहो. मुलीसाठी एकदम चांगलं स्थळ आलं आहे. थोडं महागात पडतंय पण स्थळ सोडू नये असं मला मनापासून वाटतं. माझी मुलगी म्हणजे तुझी पुतणीच. आपल्या पुतणीसाठी तू एवढं करशीलच. दरमहा एक हजारप्रमाणे परत करीन.''

मित्राची फर्स्टक्लास गोची झाली. होयही म्हणता येईना आणि नाहीही म्हणता येईना. तरी तो निगरगट्टपणानं म्हणाला, ''केशव, मी दिले असते रे, पण त्याचं काय, म्हणजे असं आहे, त्याचं काय झालं, त्यामुळे मीच अडचणीत आहे,'' वगैरे बोलला. मी निराश होण्याचा उत्कृष्ट अभिनय करून जड पावलांनी

निघालो. आणि सांगायला अतिशय आनंद वाटतो की, त्या दिवसापासून मित्रानं घरी येणं बंद केलं. नको असलेला मित्र तोडायचा असल्यास त्याच्याकडे मोठ्या रकमेची मागणी करा. मित्र सहज तुटतो.''

''मला पुस्तकांची, वाचनाची अतिशय आवड आहे.'' श्रीधर देशपांडे मला सांगत होता. नवीन चांगलं म्हणजे मला चांगलं वाटणारं पुस्तक मी पदरमोड करून विकत घेत असतो, हे तुला माहीतच आहे. काही काही विशेष पुस्तकांच्या किंमती तर पाचशे रुपये, सहाशे रुपये, आठशे रुपयेसुद्धा आहेत. तरीही संसारात इतर काटकसर करून मी ती पुस्तकं विकत घेत असतो. आवडणारं पुस्तक विकतच घ्यायचं हे माझं तत्त्व आहे. त्यामुळे माझ्या घरात जवळ जवळ दीड दोन हजार पुस्तकं आहेत.''

श्रीधर देशपांडे पुढं म्हणाला,

''माझ्या ओळखीच्या एक कार असणाऱ्या चांगल्यापैकी श्रीमंत बाई आहेत. श्रीमंती, सौंदर्य आणि तारुण्य यांचा त्यांच्या ठायी त्रिवेणी-संगम झाला आहे. निरनिराळ्या प्रकारच्या भारी भारी साड्या तर शंभर आहेत की दीडशे आहेत की दोनशे आहेत याचा त्यांना पत्ता नसेल. इतक्या साड्याधारिणी सौ. माधुरी मोगरे या माझ्या घरी नेहमी येत असतात. आल्या आल्या पुस्तकावर झडप घालतात,''अय्या! हे पुस्तक तुम्ही विकत आणलंसुद्धा? कमाल आहे हं तुमची मी पहिल्यांदा वाचणार.'' (डोंबलं! नुसत मिरवायला पाहिजे) मला अजून वाचायचंय असं सांगितलं तर त्या लगेच म्हणतात,''पुस्तक तुमच्या मालकीचं तर आहे. तुम्ही सवडीनं कधीही वाचू शकता.'' पुस्तक गडप!''

श्रीधर देशपांडे वैतागला होता. काय करावं, या सुंदर ठकीला कशी कटवावी याचा विचार करत होता. त्याला आयडिया सापडली. श्रीधरनं त्या कामावर बायकोची नियुक्ती केली. पढवून ठेवल्याप्रमाणे श्रीधरची बायको, माधुरी मोगरेकडे गेली आणि म्हणाली,''तुम्ही कालच दोन हजार रुपयांची साडी आणलीय. तुम्हीच हे मला सांगितलं होतं. प्लीज ती साडी मला एक दिवसापुरती द्या. नव्या साडीची घडी मी मोडते. 'ह्यां'च्या साहेबांच्या मुलीच्या लग्नाला जायचं आहे. भारी साडी असली म्हणजे बरं दिसेल.'' माधुरी वरवर हसत म्हणाली,''न्या ना.'' साडी दिली. चार दिवसांनी बायको पुन्हा गेली. साडी मागितली. तिनं नाराजीनं दिली. पुस्तकं न्यायला मात्र ती येत होती.'' श्रीधर देशपांडे पुढं सांगू लागला,''मी त्या रूपसुंदरीला म्हणालो, ''मिसेस मोगरे, यापुढं आपण ऐकमेकात देवाण-घेवाण करु या. तुम्ही माझ्याकडे पुस्तक मागायला याल तेव्हा तुमची एक भारी साडी घेऊन येत जा. माझं पुस्तक तुम्ही वापरत जा आणि माझी बायको तुमची साडी वापरत जाईल.

ही योजना झकास आहे. तुम्हालाही उत्तमोत्तम पुस्तकं वाचायला (मिरवायला) मिळत जातील आणि माझ्या बायकोलाही भारी किंमतीच्या साड्या वापरायला मिळून तिचीही हौस भागेल. कशी आहे परस्पर सहकार्य योजना?'' असं मी माधुरीला विचारल्यावर ती निर्जीव स्मित करत म्हणाली, ''खरंच झकास आहे.'' त्या दिवसापासून श्रीमंत रूपसुंदर, तरुण सौ. माधुरी मोगरे फुकटात पुस्तकं न्यायला यायचीच बंद झाली.'' श्रीधर देशपांडेनं सांगितलं.

हल्ली मित्र कसे जोडावेत यापेक्षा मित्र कसे तोडावेत हे महत्त्वाचं काम होऊन बसलं आहे.

◆ ◆ ◆

१४

पुन्हा पुन्हा आघाडी

स्वप्नात पुन्हा 'भाजप'ला मागल्या खेपेप्रमाणेच १८२ जागा मिळाल्या. १८२ भाजप उमेदवार लोकसभेच्या निवडणुकीत विजयी होऊन त्यांना खासदार, नामदार होण्याची संधी मिळाली. पण त्यासाठी ही संख्या अपुरी होती. इतरांचं साहाय्य घेणं पुन्हा आवश्यक होऊन बसलं. मागच्या खेपेला ४३ पक्षांचे खासदार होते, त्यातल्या १६ पक्षांनी 'भाजप'ला पाठिंबा दिल्यामुळे त्या पक्षाच्या नेतृत्वाखाली सरकार स्थापन झालं होतं. प्रत्येक घटक पक्षानं लचके तोडण्याचं 'सत्कार्य' निष्ठेनं केलं होतं. शेवटचा लचका त्या सरकारचा अवघ्या एका मतानं पराभव करुन तोडण्यात आला. चालू सरकार पाडण्याचं महान, लोकशाही-सत्कार्य करण्याची पुन्हा 'सुवर्णसंधी' सरकारेतर राजकीय पक्षांना आणि सरकारमधील सौदेबाजीचं राजकारण करणाऱ्या घटक पक्षांना माझ्या स्वप्नाच्या निमित्तानं आपोआप चालून आली.

या पक्षातून त्या पक्षात, त्या पक्षातून आणखी पलीकडच्या पक्षात अशी आवक-जावक सालबादाप्रमाणे सुरू झाली. सालबादप्रमाणे म्हणण्याचं कारण, दरसाल कुठं ना कुठं तरी निवडणुका असतातच. संपूर्ण देशाची निवडणूक

आल्यावर तर एकच धमाल होत असते. त्यातल्या त्यात अधिक मोठा पक्ष इतर पक्षांना आपल्या पक्षात ओढण्याचा प्रयत्न करत असतो. या देशात इतके पक्ष आहेत आणि नवीन नवीन पक्ष निघत आहेत की, काही दिवसांनी पक्षांची संख्याच मतदारांपेक्षा जास्त आहे (ही आपली अतिशयोक्ती) असं दिसून येईल. एक लहानशी बँक होती. ती बँक फायद्यात चालत नव्हती. हेच उलट शब्दात सांगायचं म्हणजे, ती बँक तोट्यात चालत होती. कशामुळे बँक तोट्यात चालत होती याचा शोध घेतल्यावर असं आढळून आलं की, त्या बँकेच्या खातेदारांपेक्षा उपाध्यक्षांचीच संख्या जास्त होती. आपल्या देशातील शे-दोनशे राजकीय पक्ष पाहिले की असंच काहीतरी वाटायला लागतं.

ज्या राजकीय पक्षांना लोकसभेच्या जागा (खासदारकीच्या) जिंकता आल्या अशा पक्षांची संख्या १९९८ च्या निवडणुकीत फक्त दोनच होती. भारतीय जनता पक्षाला १८२ जागा मिळाल्या होत्या आणि काँग्रेसला १४१ जागा मिळाल्या होत्या. मग तिसऱ्या नंबरवरची घसरगुंडी (१), मार्क्सवादी कम्युनिस्ट पार्टी फक्त ३२ (२), त्यानंतर समता पार्टी १२ (३), अण्णा द्रमुक १८ (४), टी.डी.पी. १२ (५), राष्ट्रीय जनता दल १७, समाजवादी पार्टी २०. या पक्षांना दोन आकड्यातल्या जागा मिळाल्या. म्हणजेच या पक्षांचे खासदार एवढेच होते, लोकसभेच्या एकंदर जागा ५४३ होत्या. ५४३ विरुद्ध १८२, ५४३ विरुद्ध १४१, ५४३ विरुद्ध ३२, ५४३ विरुद्ध २०, ५४३ विरुद्ध १८, ५४३ विरुद्ध १२, ५४३ विरुद्ध १२ अशी वस्तुस्थिती होती. त्याच्याही पलीकडची भयंकर वस्तुस्थिती म्हणजे, कित्येक राजकीय पक्षांना ५४३ पैकी १० जागासुद्धा मिळाल्या नाहीत. ५४३ पैकी कुणाला ८, कुणाला ६, कुणाला ७, कुणाला ५, कुणाकुणाला ४, कुणाकुणाला ३, कुणाकुणाला २ तर कुणाला फक्त १ च. फक्त एकेकच जागा मिळालेले ९ वीर पुरुष आहेत. 'भाजप' ला सरकार स्थापन करण्यासाठी आणखी ९० जागा पाहिजे होत्या. तेव्हा ज्या राजकीय पक्षांनी ही तूट भरुन काढली, त्यांनी त्याची वसुली कशी भयंकर प्रकारे केली, सरकारचे कसे हाल केले हे आपण गरीब बिचारे मतदार दररोज दोन-अडीच रुपये देऊन वर्तमानपत्रांमधून वाचत होतो. अत्यंत क्षुद्र संख्येचंही उपद्रवमूल्य कसं असतं हेही पाहिलं. अवघ्या १ या संख्येनं एवढं मोठं केंद्र सरकार धपकन पाडलं.

कित्येक राजकीय पक्ष देशाच्या व्यापक दृष्टिकोनातून पाहिले तर नगण्य आहेत. परंतु प्रत्येकाचं स्वतंत्र असं उपद्रवमूल्य आहे. अपक्ष म्हणून प्रत्येकी एक या संख्येनं (५४३ विरुद्ध १) निवडून आलेला एकेक खासदारही सरकार वाचवण्यासाठी 'लाख' मोलाचा किंवा 'कोटी' मोलाचा होऊ शकतो हे नरसिंहरावांचं केंद्र सरकार

वाचलं, तेव्हा सर्व देशाला माहीत झालं. कित्येक चतुर लोक पक्षीय दावणीला स्वत:ला बांधून न घेता स्वतंत्ररित्या निवडणूक लढवतात, काहीतरी 'जादू' करुन निवडून येतात. मग त्यांचा भाव काहीच्या काहीच वाढतो. त्यांचं एकुलतं एक मत संपूर्ण सरकारच पाडू शकतं, हे गिरधर गोमॅन्गो या महापुरुषानं प्रत्यक्षच दाखवून दिलं आहे. सरकार बनवणं आणि सरकार पाडणं हा अप्रतिम उद्योग फुटकळ अल्पसंख्य (संख्येनं अल्प ते अल्पसंख्य) खासदार करत असतात. डोक्यावरच्या टोपलीत भाजी, केळी, आंबे ठेवून, 'भाजी घ्या भाजी, केळी घ्या केळी, आंबे घ्या आंबे' असे विक्रेते ओरडत फिरतात; त्याच चालीवर डोक्यावरच्या (काल्पनिक) टोपलीत खासदारकी ठेवून, 'खासदार घ्या खासदार' असं ओरडत फिरतात. सौदा चांगला पटेल त्या पक्षाला टोपलीतली खासदारकी योग्य भावाला विकून टाकतात. हे सगळे प्रकार निवडणूक संपणं आणि नवीन सरकार स्थापन करणं यामधल्या काळात होत असतात.

आता निवडणुका जाहीर झाल्या, त्यांच्या तारखाही जाहीर झाल्या, की निराळ्याच हालचाली अखिल भारतीय पातळीवरून सुरु होतात. गुरुत्वाकर्षणाचे केंद्रबिंदू असलेले तीन-चार पक्ष अन्य लघुपक्षांना, गुरुत्वाकर्षणाच्या प्रभावानं आपल्याकडे खेचण्याचा प्रयत्न करतात. काही पक्ष खेचले जातात. गुरुत्वाकर्षणाच्या नियमाचे दोन प्रकार असतात. सफरचंद, दगड, लोखंड या जड वस्तू लगेच खाली पडतात तर पालापाचोळा, कागदाचा तुकडा, कापूस वगैरे हलक्या वस्तू वरच तरंगत, तरंगत, भटकत भटकत सावकाश खाली पडतात. सफरचंद छाप पक्ष लगेच कोणत्यातरी मोठ्या पक्षाशी सोयरीक करतात, कैकेयीप्रमाणे तीन-चार वर असे मागून घेतात की, 'दशरथ' सरकारला झक मारत ते वर पूर्ण करावेच लागतात. अशाच एका आधुनिक कैकेयीनं 'दशरथ' सरकारला कसं आणि किती पिडलं हे जगजाहीरच आहे.

पालापाचोळा छाप अपक्ष, अत्यल्पजीव-पक्षसुद्धा 'पाठिंब्या'च्या वाटाघाटी करु लागतात. या असल्या वाटाघाटीत वाटा आपल्याला आणि घाटी (घाटा हा पर्यायही चालेल.) मुख्य पक्षाला असं करु पाहतात. अशा वेळी 'अडला नारायण' ही म्हण बिल्डर पक्ष खरी करुन दाखवतात. मोठ्या पक्षांनी आपले पाय धरायला लावतात. यातल्या प्रत्येकाला आपलं असं उपद्रव मूल्य असतात. सरकार बनवायला दोनच खासदार कमी पडत असतील तर त्यातला एकजण म्हणतो, 'मला कॅबिनेट मिनिस्टर करुन अर्थखातं मला द्या.' तर दुसरा म्हणतो, 'मलाही कॅबिनेट मिनिस्टर करुन गृहखातं द्या.' सरकार स्थापू पाहणाऱ्या पक्षानं खूप गयावया केल्यावर ते दोघे म्हणतात, 'ठीक आहे, आम्ही एवढा त्याग देशासाठी करतो. परंतु आमच्या महान

त्यागाच्या बदल्यात आम्हा दोघांपैकी एकाला उपराष्ट्रपती करा आणि एकाला उपपंतप्रधान करा. बघा, विचार करा. मागणी मान्य नाही केली, तर विरोधी पक्षाचे लोक आमची वाटच बघतात. सरकार बनवू पाहणाऱ्या पक्षाला पाठिंबा देऊन सरकार बनवण्यापेक्षा त्या पक्षाला पाठिंबा न देण्यासाठी आम्हा दोघांनाही विरोधी पक्ष प्रत्येकी दहा दहा लाख रुपये द्यायला तयार आहेत. आम्हाला असली लाच नको. तुम्ही आम्हांला फक्त ही पदं द्या.'

निवडणुकांचे वेध लागले की, तथाकथित तत्त्वनिष्ठांचे या पक्षातून त्या पक्षात जाणं किंवा नवीन पक्ष काढणं हे उद्योग सुरु होतात. 'माझ्या पक्षात हल्ली तत्त्वभ्रष्ट लोकांचा सुकाळ झाला आहे. गुंडाला तिकीट देतात. म्हणून मी बाहेर पडून स्वतंत्र पक्ष काढला आहे. लोकशाहीची सर्व मूल्यं जतन करणं, त्यांचं संवर्धन करणं, धर्मनिरपेक्ष राजकारण करणं, भ्रष्टाचाराचं निर्मूलन करणं, समाजाची नैतिक मूल्यं वाढवणं, शुद्ध, स्वच्छ आणि पारदर्शक आचरण करुन देशाला स्वच्छ कारभार देणारं सरकार केंद्रात स्थापन करणं ही आमच्या नवीन पक्षाची ध्येयं आहेत. वगैरे.

धर्मनिरपेक्ष, स्वच्छ, पारदर्शक, भ्रष्टाचार निर्मूलन, जातीयता प्रभंजन, दारिद्र्य उच्चाटन असले शब्द लाख वेळा वापरुन-वापरुन त्यांचं पार भुस्कट पडलं आहे. कोणताही राजकीय पक्ष यातलं काहीही करत नाही, नाही तर धर्मनिरपेक्ष पक्षांनी बारामतीला मुसलमान उभा केला असता. भेंडीबाजारात मराठा उभा राहिला असता. आगरी लोकांच्या मतदार संघात तामिळी उमेदवार उभा राहिला असता. कलकत्त्यात आपला चित्पावन ब्राह्मण उभा राहिला असता आणि मिझोराममध्ये सिंधी, हिंदू उभा राहिला असता. या देशात दोन व्याख्या रूढ झाल्या आहेत. (१) ८५ टक्के हिंदूंची बाजू घेणं म्हणजे जातीयवाद आणि (२) मतांसाठी वाटेल त्या धर्मांच्या पुढाऱ्यांपुढं गोंडा घोळणं म्हणजे धर्मनिरपेक्षता. आपली लोकशाही या कात्रीत अडकली आहे.

◆◆◆

१५

गर्दीला नमस्कार असो

आपल्या पुराणाप्रमाणे मनूपासून मनुष्यप्राणी निर्माण झाला. मानव, मनुष्य हे शब्दच हे सांगतात. रघूपासून राघव, यदूपासून यादव हे शब्द तयार झाले, त्याप्रमाणेच मनूपासून मानव हा शब्द तयार झाला आहे. पुढं होणारं हे दर्शवताना ष्य प्रत्ययान्त शब्द-भविष्य तयार झाला. अमुकपासून होणारं वर्ध वाढवणारं-वर्धिष्णू, सह-सहन करणारा सहिष्णू, विश-शिरणारा-विष्णू या प्रमाणे मनूपासून होणारा तो मनुष्य. असो. माणूस मनूपासून निर्माण झाला. ख्रिश्चन पुराणाप्रमाणे आदम आणि इव्ह हे दोनच मानव पृथ्वीतलावर निर्माण झाले होते. गर्दी हे प्रकरणच नव्हतं. पृथ्वीभर खुशाल हिंडावं, फिरावं, सगळं जग मोकळं होतं. दोघेच असल्यामुळे कुठंही मुक्त संचार करावा अशी स्थिती होती. आदम या शब्दावरुन आदमी तयार झाला असावा.

आदम संपूर्ण उत्तर अमेरिका हिंडत राहिला असता आणि इव्ह संपूर्ण दक्षिण अमेरिकेत भटकत राहिली असती, तर दोघांनाही दुसरा कुणीही मनुष्य प्राणी भेटला नसता. आशिया खंडामध्ये आले असते, तर इकडेही दोघेच असले असते. आपापल्या परीनं दोघेही एकएकटेच होते. एकमेव पुरुष आणि एकमेव स्त्री. परंतु निसर्गाचा एक

नियम आहे. 'एक: सूते सकलम' एकच सर्वांना जन्म देतं. एकाच बीपासून त्या झाडावर शेकडो फळे येतात; हेही एक सूते सकलमचंच उदाहरण आहे. सर्व प्राणिमात्रांची संख्याही याच सिद्धांताप्रमाणे झाली आहे.

या सिद्धांताप्रमाणेच मानवांची संख्या वाढत वाढत काहीच्या काहीच वाढली आहे. ज्या पृथ्वीवर प्रारंभी दोघेच होते. त्याच पृथ्वीवर एकविसाव्या शतकात ६०० कोटीहून अधिक माणसं राहतात, कुठंही जा-माणसंच माणसं. कुठंही जा असंसुद्धा म्हणायला नको. तुमच्याभोवतीच माणसांचा गराडा पडलेला असतो. जिकडे तिकडे माणसंच माणसं, माणसंच माणसं, माणसंच माणसं. जिकडे जावं तिकडे खूप माणसं एकसारखी सैरावैरा इकडून तिकडे भटकत असतात. दुकानं माणसांनी गच्च भरलेली असतात. एसट्या, आगगाड्या माणसांनी फुल भरलेल्या असतात. मंदिरं, मैदानं. कुठंही जा. हजारो माणसं तिथं असतात. खूप माणसं एकत्र असली, की त्या समूहाला गर्दी असं म्हणतात. जग हे गर्दीनं भरलेलं आहे.

या देशात अध्यात्म हा व्यवसाय झकास चालतो. मागासलेल्या राज्यापासून सुधारलेल्या राज्यापर्यंत कुठंही जा. बुवामहाराजांना आणि बाईमहाराजांना तोटा नाही. शेकडो, हजारो माणसांची गर्दी त्यांच्याभोवती जमा होते. फार थोडे नाठाळ लोक सोडले तर, देशातल्या शंभर कोटी लोकांपैकी साडेनव्याण्णव कोटी लोक निरनिराळ्या बुवा/बाई महाराजांभोवती गर्दी करुन असतात. काय जादू असते कळत नाही. गर्दी होत असते, एवढं मात्र खरं. टीव्हीवर हल्ली पाच पन्नास चॅनेल्स कार्यरत आहेत.

सकाळच्या मंगलसमयी किंवा टाइम मिळेल त्या त्या समयी टीव्हीवर गुरुमहाराजांचं किंवा गुरुमाऊलीचं बसल्या जागी दर्शन होतं. प्रत्येक चॅनेलवर एकेक गुरुमाऊली किंवा गुरुमहाराज असतात. आणखी चॅनेल्स वाढल्या, तर गुरुंची संख्याही वाढेल. चॅनेल्सची संख्या आणि गुरुंची संख्या यांचा समतोल बिघडू देणार नाहीत. कुणीही उठावं. प्रवचन करावं. त्याच्याभोवती हा हा म्हणता गर्दी जमा होते. गुरुमहाराजांत कसलं आकर्षण असतं देव जाणे. यावरुनच तर 'गुरुत्वाकर्षण' हा शब्द तयार झाला नसेल ना? तशीच शक्यता वाटते.

व्यावसायिक गुरुमाऊलीत/महाराजांत प्रतवारी आहे. काहींनी या व्यवसायात सॉलिड जम बसवलेला असतो. त्यांच्याभोवती हजारो लोकांची गर्दी जमा झालेली असते. त्यांच्या गर्दीला हॉल अपुरे पडतात. दहा-दहा, वीस-वीस हजारांची गर्दी हॉलमध्ये कशी काय मावणार? अशा टॉप साधूमहाराजांची आध्यात्मिक प्रवचनं मैदानावरच होत असतात. हे साधूमहाराज आपल्या प्रवचनाचं 'मैदान मारणं' हा वाक्यप्रचार अक्षरश: खरं करुन दाखवतात. हजारोंची गर्दी भारावून जाते. महाराज

उंच व्यासपीठावर बसून प्रवचन करतात. कॉलेजांमध्ये 'सानुदान कॉलेज' आणि 'विनाअनुदान कॉलेज' असे दोन प्रकार असतात. त्यातली सानुदान कॉलेज अस्सल समजली जातात. विनाअनुदान कॉलेज कमअस्सल समजली जातात. तसलाच काहीसा प्रकार या साधू महाराजांतही असतो. काही साधूमहाराज सदाढी-सलांब केस असे असतात तर काही साधू महाराज विनादाढी-विनालांब केस असे असतात. यापैकी स-दाढी, स-लांब केस साधू महाराज हे अस्सल समजले जातात आणि विनादाढी, विनालांब केस साधू हेही साधू असले, तरी ते कमअस्सलच वाटतात. लोकांना, पब्लिकला, गर्दीला केसांचं भारी आकर्षण वाटतं. 'केशाकर्षण' हा शब्द यावरुनच तयार झाला असेल काय? विना-केश, विना-दाढी साधू महाराज, अध्यात्माच्या व्यवसायात ज्युनियर वाटतात. ते जसजसे वाढत जातात तसतसे केशवगुंठित चेहऱ्याचे सीनियर साधू महाराज होतात. मग गर्दीला तोटा नाही. गर्दीचंही एक मानसशास्त्र असतं. दाढीवाले बुवा महाराज, भगवी कफनी घातलेले बुवा महाराज, रुद्राक्षाच्या माळा गळ्यात घातलेले बुवा महाराज, पायांत पादुका किंवा खडावा घातलेले बुवा महाराज, मृगासनावरच बसणारे बुवा महाराज गर्दी खेचतात-अध्यात्माचेसुद्धा शाळेच्या युनिफॉर्मप्रमाणे युनिफॉर्म ठरलेले आहेत.

गर्दी हा प्रकार विलक्षण आहे. धंद्यातली धूर्त ट्रिक म्हणून दसऱ्याच्या दिवशी एखाद्या दुकानदारानं 'एका ग्राहकाला फक्त अर्धा किलोच चक्का (श्रीखंडासाठी) मिळेल' अशी पाटी लावली की गर्दीच गर्दी होते. गर्दीला फसवण्याचे अनेक मार्ग आहे. त्यातलाच हा एक मार्ग आहे. 'सेल! सेल! सेल! ग्रँड रिडक्शन सेल!' हा गर्दी जमवण्याचा आणि जमलेल्या गर्दीला उल्लू बनवण्याचा लोकप्रिय मार्ग आहे. भारी शर्ट, त्यावरची १२५ रुपये या किमती लाल रंगानं काट मारली आहे. आणि बाजूला सेलची 'फक्त १०० रुपये' ही किंमत लिहिली आहे. गर्दी खूष! एकदम २५ रुपये कमी! हे एक उदाहरण झालं. 'सेल' मध्ये शेकडो वस्तूंचा सेल असतो. सेल आणि गर्दी यांचं अतूट नातं आहे. आता सांगितलेल्या शर्टची 'सेलपूर्व' किंमत रीतसर किंमत ८५ रुपये होती. पण एकदम धंदा दणकेबाज करण्यासाठी सेल लावला जातो. मूळचा ८५ चा शर्ट. ते लेबल काढून त्याचठिकाणी 'रु. १२५' हे लेबल लावायचं. त्यावर काट मारुन त्या शेजारीच सेलची तथाकथित १०० रु. किंमत लिहून गर्दी खेचायची. किती फायदा कमावला असेल त्या सेलवाल्यानं, याचा भाकड हिशेब तुम्ही करत बसा. सेलवर गर्दीची झुंबड उडालेली असते.

मध्य रेल्वेचे मळवली स्टेशन, तिथून उजवीकडे एक किलोमीटर गेल्यावर डावीकडे सुमारे दीड किलो मीटर जायचं. मग अर्धा किलोमीटर डावीकडे, पुढं

अर्धा किलोमीटर उजवीकडे चालायचं. मग तिथं एक जुन्या पद्धतीचं घर लागेल. हा सारा खडतर प्रवास पायीच करावा लागतो. त्या घरामध्ये स्वामी आयुर्वेदाचार्य राहतात. ते मूळव्याधीवर औषध देतात. आठ दिवसांत मूळव्याध नष्ट होते, ही वार्ता कानोकानी राज्यभर पसरते. कुठून कुठून लोक येतात. गडचिरोलीपासून सटाणा, बांदा, कणकवली, जालना, गोंदिया, गडहिंग्लज वगैरे वगैरे अनेक गावांपर्यंत कशी काय पोहोचली असेल याचंच नवल वाटतं. टीव्हीवर जाहिरात नाही, वर्तमानपत्रांत जाहिरात नाही; तरीही ही वार्ता राज्यभर पसरली होती. हे औषध, आयुर्वेदाचार्य प्रत्येक महिन्याच्या शुद्ध प्रतिपदेस आणि पौर्णिमेस देतात ही वार्ताही दूरवर पसरली होती. गुण येतो की नाही हे कुणालाच माहिती नव्हतं. पहाटे चार ते सूर्योदय एवढ्याच वेळात ते औषध देतात. असं सगळं असूनही काय आश्चर्य सांगावं? आदल्या दिवशीच्या संध्याकाळपासून त्या ठिकाणी ही तोबा गर्दी! एका गोष्टीचं नवल वाटतं ते हे की राज्यातल्या प्रचंड संख्येनं असलेल्या लोकांना मूळव्याध कशी काय झाली? महिन्यातून दोनदा प्रचंड गर्दी होते. गर्दीचं काही खरं नाही. कुठे ती प्रचंड असते, तर कुठं नगण्यापेक्षा कमी असते. दुसऱ्या प्रकारचं उदाहरण म्हणजे समाजवादी पक्ष. या पक्षाला गर्दी धार्जिणी नाही. नशीब एकेका पक्षाचं! दुसरं काय? मूळव्याधीची गर्दीसुद्धा अधिक असते. शेवटी काय गर्दीचासुद्धा योग असावा लागतो. तो योग मराठी साहित्यावरच्या व्याख्यानांच्या भाग्यात नसतो. पाचपंचवीस वृद्धजन - इति गर्दीसीमा!

१६

'संप'ला तो संपला

'हिंदपुत्रांनो, स्वत:ला लेखिता का बापडे', या माधव ज्युलियन यांच्या कवितेत, ते पुढं म्हणतात, 'थांबला तो संपला' त्या काळात ती कविता फार प्रसिद्ध होती. शाळेच्या पाठ्यपुस्तकात ही कविता असल्यामुळे हजारो विद्यार्थ्यांना तोंडपाठ येत होती. खणखणीत उच्चारात कविता म्हणायची पद्धत असल्यामुळे कवितेमधील जोडाक्षरं पिंजून पिंजून म्हणायची पद्धत होती. थोडासा नमुना बघा, 'हिंदपुत्रांनो स्वत:ला लेहकिता का बापडे, होतसा का बापडे. वहागिणीचे दुहुध पिआला वहाग बच्चे पहाकडे, लेहकिता का बेहेकडे' अशा पिंजलेल्या पद्धतीने कविता म्हटली तरच बरं वाटायचं. मुद्दा तो नाही, त्या कवितेत 'थांबला तो संपला' या वाक्याबद्दल बोलायचं आहे. 'कायदा पाळा गतीचा' असं सांगून झाल्यावर 'थांबला तो संपला' असं म्हटलं आहे.

ते असो, इथं एका शब्दाचा फरक मला करायचा आहे. 'थांबला' ऐवजी 'संप'ला, हा शब्द ठेवायचा आहे. नामावरून क्रियापदं तयार करण्याची सोय व्याकरणात असते. माणूस या नामावरून माणसाळणे, फूल या नामावरून फुलणे, फळ या नामावरून फळणे ही उदाहरणं आपल्या

नित्य परिचयाची आहेत. तसंच 'संप' या नामावरून 'संप'णे हा धातू आणि त्यावरून नंतर 'संप'ला हे भूतकाळी क्रियापद तयार केलं आहे. हे सगळं मी आता केलं आहे. नामावरून क्रियापद करताना शब्दाची काटकसर करता येते. संप करणे असं दोन शब्दात सांगण्याऐवजी 'संप' ला तो संपला' जो संपावर गेला तो संपला असे हल्ली दिवस आले.

परवा परवापर्यंत बरं होतं. कुणीही उठावं आणि डायरेक्ट संपावर जावं. हल्ली इतक्या ट्रेड युनियन्स झाल्या आहेत आणि इतके पुढारी झाले आहेत की, युनियन्सची संख्या जास्त की पुढाऱ्यांची संख्या जास्त हेच कळेनासं झालं आहे. युनियन्स काढणं आणि पुढारी होणं हाही एक चांगला व्यवसाय आहे. कामगारांचाही फायदा आणि पुढाऱ्यांचाही फायदा. पूर्वी फक्त कामगारांचाच फायदा व्हायचा. पुढारी काहीच्या काहीच तत्वनिष्ठ असल्यामुळे स्वत: काही घेत नसत. हल्ली तसं नाही. 'एकमेका साहाय्य करु, अवघे धरु सुपंथ' हा आजचा युगधर्म आहे. संप करून दोघांनाही भरपूर पैसे मिळोत, अशी उदात्त कल्पना दोघांनीही पैसे घेताना कृतीत आणलेली असते.

आधी संप! बाकीचं नंतर! त्यामुळे कमी जास्त दिवसात मागण्या पदरात पडतात. कामगार-पुढारी म्हटल्यास सर्वसामान्य माणसंच असतात. परंतु त्यांच्या एका चतुरपणामुळे ते कामगारांचे लाडके नेते होतात. तो चतुरपणा असा, कामगार रात्री झोपल्यावर फक्त अर्धा तास उशिरा झोपतात आणि सकाळी कामगार उठायच्या फक्त अर्धा तास आधी उठून बसतात. त्यामुळे सर्व कामगारांचा असा भारावलेला गोड गैरसमज होतो की, पुढारी आपल्या कल्याणासाठी रात्र रात्र जागाच असतो. प्रत्येक व्यवसायाची काही तंत्रं असतात. हे पुढारी चारचौघांसारखे असतात त्याचबरोबर सिद्धी प्राप्त झालेले थोर विभूतीसुद्धा असतात. हजारो कामगारांच्या मनात काय आहे. त्यांच्या व्यथा काय आहेत, मागण्या काय आहेत, याचा खुद्द कामगारांनाच अज्ञानामुळे पत्ता नसतो. खरं म्हणजे काहीच मागण्या वगैरे नसत. परंतु पुढाऱ्यांना सिद्धी प्राप्त झाली असल्यामुळे, कामगारांच्या मनात जन्माला यायच्या आधीच कित्येक मागण्या कामगारांच्या म्हणून पुढाऱ्याच्या मनात येतात. काय विलक्षण सिद्धी आहे! 'आज कामगार पिळला जात आहे' हे हल्ली दरमहा चार-पाच ते आठ-दहा हजार रुपये पगार घेण्याच्या संघटित क्षेत्रातल्या कामगारांना, पुढाऱ्यांनी जाहीर सभेत सांगितल्यावर समजतं. बिचारे निरागस, निष्पाप कामगार! अशा किती तरी अडचणी, समस्या यांचा कामगारांना पत्ताच नसतो. यासाठीच त्यांच्या पुढाऱ्यांची आवश्यकता असते. कामगारांना स्वत:ला माहीत नसलेल्या अनेक व्यथा पुढाऱ्यांना मात्र सिद्धी प्राप्त झाल्यामुळे, समजतात. मग ते कामगारांना सांगतात. मग कामगरांना

कळतं की, 'अरे तिच्या मारी! आपल्या इतक्या इतक्या व्यथा आहेत याचा आपल्याला पत्ताच नव्हता. पुढाऱ्याने सांगितल्या म्हणून बरं झालं. नाही तर आपण उगीचच सुखात राहिलो असतो.'

संपाचे मुहूर्त ठरलेले असतात. सकाळी कामगारांनी ऐन पावसाळ्यात, पावसाचा जोर असताना संप करायचा असतो. इतका उत्तम सुमुहूर्त दुसरा नाही. पावसामुळे कचरा कुजतो, गटारं तुंबतात. त्यामुळे, देणारी संस्था थोडंसं ताणून धरल्यासारखं करते आणि चार आठ दिवसांत संप संपतो. पोस्ट खात्याचा संप, ऐन दिवाळीच्या आधी एक आठवडा सुरू! दिवाळी सुरू व्हायच्या आत सगळ्या मागण्या पूर्ण. मुहूर्ताचं माहात्म्य काही आगळंच असतं. परीक्षा आठ दिवसांवर आल्या की, शालेय आणि महाविद्यालयीनं कर्मचाऱ्यांचे संप सुरू. पाठोपाठ शिक्षक आणि प्राध्यापक यांचे संप! ऐन परीक्षेचे दिवस म्हणजे संपासाठी सर्वोत्कृष्ट मुहूर्त. हा मुहूर्त हुकला की, पुढल्या वर्षीच्या परीक्षांच्या हंगामाशिवाय मुहूर्त नाही. सगळे पेपर्स तपासण्यासाठी परीक्षकांकडे पाठवण्याचा सुमुहूर्त साधून विद्यापीठाची मंडळी संपावर जातात. कारण विद्यापीठाचेही कर्मचारी पिळले जातात असं पुढाऱ्यांनी सांगितल्यामुळे त्या कर्मचाऱ्यांना संपावर जावंच लागतं. आपण पिळले जात आहोत याचा त्यांना पत्ता नव्हता तोपर्यंत, परीक्षांचं निर्धारित कामकाज सुरळीतपणे चाललं होतं. परंतु, 'अरे लोकहो स्वत: पिळले जात आहोत याची तुम्हाला कल्पनाही नाही. नीट लक्षात ठेवा तुम्ही पिळले जात आहात. चला संपावर! पेपर्स, मार्कशिटस सगळं राहू दे. तुम्ही संपात सामील व्हा' त्यामुळे पिळले जाऊन पिळले जाऊन हैराण हैराण झालेले कर्मचारी पुढाऱ्यांनी सांगितलेल्या सुमुहूर्तावर संपावर जातात. परीक्षांचे निकाल संप संपल्यावर.

'आज इंग्लंड-अमेरिकेतल्या प्राध्यापकाला दरमहा पन्नास पन्नास हजार रुपयांएवढे डॉलर्स, पौंड पगार म्हणून मिळतात आणि आमचे प्राध्यापक- त्यांना जेमतेम वीस ते पंचवीस हजार रुपये दरमहा पगार मिळतो. हा फरक भरून काढलाच पाहिजे, आता नुकतंच, नवीन वर्ष, एकविसाव्या शतकातल्या प्राध्यापकालाही दरमहा पन्नास हजार रुपये पगार मिळाला पाहिजे. याशिवाय नुकत्याच सुरू झालेल्या एकविसाव्या शतकाची आव्हानं पेलण्यासाठी पगाराच्या एकदशांश एवढी रक्कम दरमहा मिळालीच पाहिजे. याशिवाय यंदा नुकतंच 'तृतीय सहस्त्रकही सुरू झालं आहे. पगाराच्या दहा टक्के रक्कम 'थर्ड मिलेनियम' अलाऊन्स (टी.एम.ए.) म्हणून दरमहा रोख मिळालेच पाहिजे. एकविसाव्या शतकाची आव्हानं पेलण्यासाठी या मागण्या मान्य झाल्याच पाहिजेत.'

संप, संप, संप! सर्वत्र संपच संप! ट्रक वाहतूकदारांचे संप- मुहूर्त महिन्याचा शेवटचा दिवस. संप सुरू, रिक्षांचा संप, टॅक्सींचा संप, बँक कर्मचाऱ्यांचा संप,

रेल्वे कर्मचाऱ्यांचा संप, एस.टी.चा संप, माथाडी कामगारांचा संप, हातगाडीवाल्यांचा संप, फेरीवाल्यांचा संप, भाजीवाल्यांचा संप, दूध वितरकांचा संप, महिला कामगारांचा संप, घरगड्यांचा संप असे किती प्रकार सांगावेत? सर्वांच्या मागण्या काय आहेत, हे पुढाऱ्यांनी त्यांना सांगितल्यावर समजतात. हल्ली केवळ पगारावर भागत नाही. बोनसही लागतो. यंदा या बोनसनं संपातली हवाच काढून टाकली. लक्षावधी नागरिकांचं पाणी तोडून, बोनसच्या मुद्द्यावर हटून बसलेल्या कामगारांना कोर्टानं दणका दिला. महापालिका, सरकार यांच्या कर्मचाऱ्यांना बोनस कसला देता, असं कोर्टानं विचारलं. संप समाप्त. 'संप'ला तो संपला, असंही पुढं मागं घडेल.

१७

❀

जुनी रंगभूमी

मराठी रंगभूमी तशी केवळ दीडशे वर्षांची आहे. १८४३ साली विष्णुदास भावे यांनी सांगलीला सीतास्वयंवर हे मराठी नाटक सादर केलं. तथापि अण्णासाहेब किर्लोस्करांनी शाकुंतल, संगीत शाकुंतल, सौभद्र आणि रामराज्य वियोग ही नाटकं रंगभूमीवर व्यवसायिक पद्धतीनं सुरू केली तेव्हापासून मराठी रंगभूमीचा उत्कर्ष काळ सुरू झाला. १८८० ते सुमारे १९४० हा साठ वर्षांचा काळ मराठी रंगभूमीचं सुवर्णयुग होतं. याच काळात बालगंधर्व, केशवराव दाते, गणपतराव जोशी, गणपतराव बोडस यांच्यासारखे अतिरथी महारथी नट निर्माण झाले. किर्लोस्कर, देवल, खाडिलकर, गडकरी, कोल्हटकर यांच्यासारखे श्रेष्ठ नाटककारही निर्माण झाले.

मी किर्लोस्करांच्या काळातल्या काही गोष्टी, आठवणी, किस्से वगैरे सांगणार आहे. अण्णासाहेब किर्लोस्करांनी आपली 'किर्लोस्कर नाटक मंडळी' १८८० मध्ये स्थापन केली. शाकुंतल नाटक नंतर त्यांनी संगीत केलं. सौभद्र नाटकही संगीत होतं. रंगभूमीवरची पात्रं आपापली गाणी प्रथमच स्वत: गात होती. हे या नाटकांचं फार मोठं आकर्षण होतं. या दोन नाटकांवर अण्णासाहेबांनी

अफाट पैसे मिळवले. कमीत कमी काळात अमाप पैसा मिळाला की बेहिशेबीपणा सुरू होतो. 'येईल ती जमा– होईल तो खर्च' हे धोरण सुरू होतं. किर्लोस्कर मंडळीत हेच सुरू झालं होतं. अण्णासाहेब किर्लोस्करांनाही हे दिसत होतं. पण ते स्वत:च उदार स्वभावाचे आणि सढळ हातांनी खर्च करणारे असल्यामुळे त्यांना कोण आळा घालणार? अण्णासाहेबच हे सगळं पाहून म्हणायचे, 'मी हे केशराचं शेत लावलं आहे पण इथं गाढवं चरत आहेत.' नाटक मंडळीला कसली म्हणून शिस्त नव्हती.

पनवेलचे तत्कालीन एक श्रीमंत व्यापारी विठोबा खंडाप्पा गुळवे हे अण्णासाहेब किर्लोस्करांचे चहाते आणि सावकारही होते. ते केवळ सावकार किंवा व्यापारी नव्हते तर गुणग्राही होते. त्यांनी आपले मित्र त्र्यंबक नारायण साठे यांना किर्लोस्करांची व्यवहारिक आणि व्यावसायिक घडी नीट बसवण्यासाठी पाठवले. साठे, किर्लोस्करांकडे नोकरीला आले. त्यांनी अर्थव्यवस्था आपल्या ताब्यात घेतली आणि काम सुरू केलं. शुद्ध चारित्र्य, सचोटी, कर्तव्यतत्परता यामुळे साठे फार प्रभावी ठरले. ते अतिशय हिशेबी असल्यामुळे आणि त्यांचा रोजचा जमाखर्च चोख असल्यामुळे कंपनीची गाडी आर्थिक व्यवहाराच्या रुळांवरून यशस्वीपणे धावू लागली. साठ्यांच्या अनेक अंगभूत गुणांमुळे नाटक मंडळीत सर्वजण त्यांना वचकून असत. 'किर्लोस्कर नाटक मंडळींचं हित' हे त्यांचं एकमेव ध्येय होतं. त्यामुळे सर्वजण त्यांचा आदर करत असत. पुढं भाऊराव कोल्हटकर मालक झाल्यावर तेही साठे यांच्याविषयी आदर बाळगत असत. नऊ वर्षे किर्लोस्कर नाटक मंडळीचा गाडा नीटपणे चालवल्यावर त्र्यंबकराव साठे अन्यत्र गेले. साठे जर पुढंही किर्लोस्कर मंडळीत असते तर असं म्हणतात की, गंधर्व नाटक मंडळीही स्थापन झाली नसती. पण संस्थेपेक्षा व्यक्ती आणि व्यक्तीचा मानसन्मान हे मोठं मानण्याच्या प्रवृत्तीमुळेच महाराष्ट्रात एकातून फुटून दुसरी संस्था, तिच्यातून फुटून तिसरी संस्था, असा प्रकार सतत चालू असतो. कधी कधी वाइटातून चांगलं निघतं. उदाहरणार्थ असल्या फाटाफुटीतूनच गंधर्व नाटक मंडळी, प्रभात फिल्म कंपनी, हंस पिक्चर्स, नवयुग चित्रपट कंपनी यासारख्या स्वतेजानं तळपणाऱ्या मातब्बर संस्था जन्माला आल्या.

अण्णासाहेब किर्लोस्कर नटांच्या खाण्यापिण्याची कधीही आबाळ होऊ देत नसत. किर्लोस्कर नाटक मंडळीतील रोजचं जेवणसुद्धा सुग्रास असे. हे जेवण अनेकांच्या कौतुकाचा विषय असे. हल्ली महाराष्ट्रात सुपरिचित असलेली बटाट्यांची रस्सा भाजी सर्वप्रथम किर्लोस्कर नाटक मंडळीतल्या मंडळींनी खाल्ली. हा भाजीप्रकार कंपनीतल्या आचाऱ्यांनी उत्तर हिंदुस्थानातून आणला. जेवणाच्या वेळी तूप चमच्यानं वाढण्याचा दळभद्रीपणा त्यांच्याकडे नव्हता. तुपाचं भाडंच तिरपं धरून धार सोडायची

जेवणाऱ्यानं पुरे म्हणेपर्यंत. त्या काळात चहाचं प्रस्थ नव्हतं. परंतु नटांनी दररोज दूध प्यालंच पाहिजे अशी गोड सक्ती होती. दोन कढया भरून दूध रोज उकळत असे. दररोज पौष्टिक, सुग्रास मिष्टान्न भोजन आणि आटीव दुधाचं प्राशन यामुळे किर्लोस्कर नाटक मंडळीतले नट तेजस्वी आणि राजबिंडे दिसायचे.

त्र्यंबकराव साठे यांच्या शिस्तीचे अनेक किस्से आहेत. अण्णासाहेब किर्लोस्करांनंतर भाऊराव कोल्हटकर आणि मोरोबा वाघोलीकर हे किर्लोस्कर नाटक मंडळीचे मालक झाले. साठे यांच्या शिस्तीला ही मालक मंडळीही वचकून असत. साठे यांचा कसा दसरा होता याची एक गोष्ट सांगण्यासारखी आहे.

ज्या दिवशी नाटकाचा खेळ नसेल त्या दिवशी नट मंडळी मोकळी असायची. तेव्हा त्यांनी रात्री अपरात्री कुठं भटकू नये म्हणून नाटक मंडळीच्या बिऱ्हाडाच्या मुख्य दाराला आतल्या बाजूनं रात्री साडेदहा वाजता कुलूप लावलं जाई. किल्ल्या साठे यांचेकडे देण्यात येत असत. साठे यांच्या सांगण्यावरूनच कुलूप लावलं जायचं. नाटक मंडळीचा मुक्काम मिरज इथं असताना एकदा खुद्द भाऊराव कोल्हटकरच अपरात्री मुक्कामाच्या ठिकाणी परत आले. भाऊरावांबरोबरच्या माणसानं हळूच नोकराला जागं केलं. नोकर म्हणाला, "किल्ल्या साठ्यांच्याकडे आहेत. मी त्या घेऊन येतो." तेव्हा मालक भाऊराव कोल्हटकर म्हणाले, "नको रे बाबा!" असं म्हणून भाऊराव तिथून निघाले आणि मिरजेच्या जुन्या नाट्यगृहाच्या कट्ट्यावर बसून त्यांनी रात्र काढली. किल्ल्या आणवल्या असत्या तर साठे रागावले असते याची स्वत: मालक असूनही भाऊराव कोल्हटकरांना भीती वाटत होती. आपल्या शिस्तीमुळे मालकावरही वचक ठेवणारा व्यवस्थापक आणि शिस्तीला मान देणारे मालक हल्ली बघायला मिळणं कठीणच.

अण्णासाहेब किर्लोस्करांच्या 'सौभद्र' या नाटकाबद्दल एक गमतीची दंतकथा आहे. सौभद्र नाटक बघण्यासाठी म्हणून अण्णासाहेबांनी नाट्यमहर्षी विष्णुदास भावे यांना निमंत्रित केलं होतं. अनेक गाण्यांमुळे सौभ्रदचा प्रयोग रंगतदार झाला. नाटक संपल्यावर अण्णासाहेबांनी नम्रपणाने भावे यांना विचारलं, "नाटक कसं काय वाटलं?" तेव्हा विष्णुदास भावे म्हणाले, "नाटकाचा प्रयोग सुंदर झाला आहे. तरीही त्यात एक त्रुटी राहिली आहेच." "कोणती" असं विचारल्यावर भावे म्हणाले,"सौभद्र नाटकात भरपूर गाणी आहेत. ज्याला गाणं नाही असं पात्रच नाही. पण—"

"पण काय?" अण्णासाहेबांनी विचारलं.

"तिकीटं विकणाऱ्या बिचाऱ्या बुकिंग क्लार्कनं काय पाप केलंय? त्यालाही तुम्ही एखादं गाणं टाकलं असतं तर त्याच्यावर अन्याय झाला नसता." विष्णुदास

भावे अण्णासाहेबांकडे मिस्कीलपणे पाहत म्हणाले. मराठी संगीत नाट्यसृष्टीचे जनक अण्णासाहेब किर्लोस्कर यांच्या जनकाला म्हणजे त्यांचे वडील पांडुरंगराव किर्लोस्कर यांना, अण्णासाहेब जिवंत असेपर्यंत त्यांची नाटकं पाहण्याचा योग योगायोगानं आला नव्हता. म्हणून नंतर पांडुरंगरावांना, गुर्लहोसूर येथून पुण्याला, प्रयोग पाहण्यासाठी मुद्दाम नेण्यात आलं होतं. मंडळीच्या बिऱ्हाडी अण्णासाहेबांच्या प्रतिमेला पुष्पहार घातला होता. अण्णासाहेबांच्या प्रतिमेला पाहून पांडुरंगरावांना पुत्रशोकाचा उमाळा आला. तो कसाबसा आवरुन ते म्हणाले, ''अण्णा, महाराष्ट्र भाषा जिवंत असेपर्यंत तुम्ही जिवंत रहाणार. आम्ही मात्र मेलो!'' पांडुरंगरावांचे हे उत्स्फुर्त बोल पुढं अक्षरश: खरे ठरले. मराठी नाट्यसृष्टी, मराठी रंगभूमी म्हटलं की, अण्णासाहेब किर्लोस्करांना मानाचा मुजरा केल्यावाचून पुढं जाताच येत नाही. एवढं त्यांचं कर्तृत्व डोंगराएवढं आहे. त्यांची नाटकंही त्यांच्याप्रमाणेच अमर आहेत. सौभद्र नाटक तर आजही ताज्या गुलाबाच्या फुलाप्रमाणे टवटवीत आहे.

१८

काही अरी

अरी म्हणजे शत्रू हे सर्वांना माहीत असतंच. कारण आयुष्यात या 'सत्पुरूषां'शी संबंध येतोच. तुम्ही (यात मीही आलो) कितीही सज्जन असा, काही तरी कुरापत काढून अरी तुमच्या भेटीला येणारच. शत्रू आणि दुर्दैव या दोघांना, या... या... असं निमंत्रण वगैरे पाठवावं लागत नाही. हे दोघे हातात हात घालून कुठंही जायला सदैव तयार असतात. शत्रू आणि दुर्दैव दोघे जिवाभावाचे मित्र आहेत. पुन्हा अरी या शब्दाकडेच येऊ. शत्रू या अर्थी असलेला अरी या शब्द वापरुन काही शाब्दिक करामती करायच्या आहेत. अरी या शब्दावर सामान्य कोटी करुन, हा अरी व्यवहारात कुठं कुठं लपून बसला आहे हे पाहायचं आहे. (कोटी सामान्य आहे हे मीच आधी सांगून टाकतो. नाही तर कुणी तरी भिकार कोटी असं म्हणून मोकळं झालं असतं. म्हणून त्यातल्या बऱ्यापैकी वाईट मीच म्हणून टाकलं आहे.)

ज्या शब्दांत 'अरी' हा शब्द बेमालूमपणे लपून बसला आहे. असे किती तरी शब्द आपण नेहमी वापरत असतो. या शब्दात अरी हा शब्द शत्रू या अर्थी नसतो, तर त्या शब्दाचंच मूळ अंग या नात्यानं असतो. उदाहरणार्थ सुपारी हा

शब्द घ्या. सुपारी म्हणजे सुपारी. एकच सरळ शब्द आहे. त्यात सुप आणि अरी मिळून सुपारी, असं मुळीच नाही. म्हणून काय झालं? कोणत्या का रूपानं होईना या शब्दात अरी हा शब्द शत्रूवाचक शब्द लपून बसला आहे. सुपारीच पुढं चालू. सुपारी ही दातांची शत्रू आहे. सुपारीचे कण दातात अडकून दात किडतात. म्हणजेच सुपारीतला अरी आपलं काम करत असतो. अमुक अमुक खतरनाक माणूस आपला शत्रू आहे आणि त्याला ठार मारायचं आहे. मग तमुक तमुक शूर गुंडाला सन्मानपूर्वक बोलावलं जातं आणि अमुक अमुक माणसाला ठार मारण्याची कामगिरी सांगितली जाते. हे 'सत्कृत्य' करण्यासाठी मी तुला दहा हजार रुपये देतो. असं सांगितल्यावर तो गुंडकुलावतंस तमुक तमुक सांगतो,'त्या गुंडाला जिंदा या मुर्दा आणण्याचा सरकारी रेटसुद्धा वीस हजार आहे. हल्ली फालतू टिनपाट माणसाला मारायच्या 'सुपारी'चा रेटसुद्धा पंधरा हजार रुपये आहे.' सध्या महागाई केवढी आहे. दहा हजारात परवडणार नाही पन्नास हजार रुपयांच्या रेटचा डेंजरस आदमी आहे. शेवटी, बोहारणीशी जुने कपडे देऊन भांडी घ्यायच्या पद्धतीची घासाघीस होऊन तीस हजार रुपयांवर कांडं तुटतं. ॲडव्हान्स दहा हजार रोख आणि बाकीचे वीस हजार काम होने के बाद या सन्मान्य अटींवर त्या डेंजरस इसमाला ठार मारण्याची 'सुपारी' दिली जाते. सुपारीमधला अरी या किंमतीचा असतो.

व्यापारी! या शब्दातही अरी आहेच. व्यापार वाढवून बसलेला अरी तो व्यापारी. (माफ करा. बऱ्याच दिवसांपासून छान छान भिकार कोट्या करायच्या असं माझ्या मनात होतं. तो 'सुयोग' अरीमुळे येत आहे.) व्यापारी हा ग्राहकाचा कायमचा शत्रू असतो. तो नाना प्रकारे ग्राहकाला फसवत असतो. तो कधी वजनात मारून फसवतो. कधी जास्त पैसे देऊन हलक्या प्रतीचा माल देऊन फसवतो. मला तांदळातलं काहीही कळत नाही हे माझ्या दुकानदाराला कसं कळलं कुणास ठाऊक? त्यानं मला आतापर्यंत हा आंबेमोहोर तांदूळ आहे, असं सांगून पंधरावीस वेळा निरनिराळे गावठी तांदूळ, आंबेमोहोरच्या दरानं माझ्या गळ्यात मारले आहेत. मीही आतापर्यंत पंधरावीस प्रकारच्या आंबेमोहोर तांदळाचा भात खाऊन धन्य झालो आहे.

'अधिकारी' यातही एक जागृत अरी आहे. जागृत म्हणजे काय? एखादं दैवत जागृत असावं तसा जागृत असतो. अधिकारी या शब्दाची फोड करायची झाल्यास अधिक आणि अरी - अधिकारी अशी करावी लागेल. अधिकाऱ्याच्या बऱ्याच व्याख्या रूढ आहेत. त्यापैकी काही अशा आहेत. नेहमी ऑफिसात उशिरा येणारा पण आपल्याला ज्या दिवशी उशीर होईल त्याचदिवशी नेमका लवकर येणारा म्हणजे अधिकारी. अधिकारी याअर्थी बॉस म्हटलं जातं की, बॉस इज

आल्वेज राईट, बिकॉज, ही इज ऑल्वेज बॉस, एका चावट कर्मचाऱ्यानं बॉसच्या केबिनबाहेर दोन नियम कागदावर लिहून चिकटवले होते. ते असे... रुल नंबर वन, बॉस इज ऑल्वेज राईट. रुल नंबर टू, इफ बॉस इज रॉंग, प्लीज रिफर टू रुल नंबर वन... बॉस हा एकंदरीत अरी असतो. हेच जास्त खरं.

जुळारी म्हणजे छापखान्यात काम करणारा कंपॉझिटर. हा टाइपांची अक्षरं जुळवून मजकूर कंपोज करत असतो. हा लेखकाचा अरी आहे. हे तो स्वत:च अनेकदा सिद्ध करुन दाखवतो. अर्थाचा अनर्थ, अब्रूची बेअब्रू करण्याचं सामर्थ्य या अक्षरं जुळवण्याऱ्या अरीमध्ये असते. त्याचे काही नमुने बघा...बकुळा कोपरगावकरीण हिचं गाण काल रात्री सरपंचांच्या मांडीवर झालं...('मा'वर अनुस्वार देऊन सरपंचाच्या अब्रूची ऐशी की तैशी करुन टाकली. (काळ इथंही 'गाव' वर अनुस्वार देऊन बालगंधर्वांना झोपवलं.) श्रीयुत ह्यांची मद्यप्रदेशाचे राज्यपाल म्हणून नियुक्ती झाली. मद्यप्रदेशाच्यादृष्टीने तेच तिथं योग्य होते. इथं 'ध्य'चा 'द्य' करुन (चाल 'ध' चा 'मा') राज्यपालांची ही मद्यप्रदेशची नियुक्ती योग्य आहे असं कंपॉझिटरला सुचवायचं असावं असं दिसतं. जुळारी हे अशाप्रकारे अरी होतात... समारंभाच्या अध्यक्षस्थानी पाजी मुख्य मंत्री होते... असं जुळाऱ्यानं कंपोज केलं. खरं म्हणजे तिथं माजी मुख्यमंत्री असं पाहिजे होतं. विशेष म्हणजे पाजी मुख्यमंत्री एकंदरीत सज्जन गृहस्थ होते. पाजी वगैरे मुळीच नव्हते. पण 'आले जुळारीच्या मना, तिथे कोणाचे चालेना...'

'शिकारी' मधला अरी तर उघड उघड दिसतो. शिकारी एकसारखी कुणाची तरी हत्या, केवळ स्वत:चा छंद म्हणून करत असतो. चित्ता, सांबर, पक्षी जे मिळेल त्याची हत्या करणारा शिकारी अनेक मानतेवर प्राण्यांची हत्या करत असतो. स्वत:चा शूरपणा दाखवण्यासाठी बिचाऱ्या प्राण्यांना हकनाक ठार मारत असतो. शिकारी या शब्दातला अरी शस्त्रासारखाच धारदार असतो. क्रौंच पक्षाचा वध करणाऱ्या त्या पैराणिक शिकाऱ्यापासून ते वीरप्पनपर्यंत कुणी कुणी कसल्या कसल्या आणि किती किती हत्या केल्या हे सांगता येणं अशक्य आहे. पुराण काळातले राजे, शिकारी होऊन मृगया करण्यासाठी अरण्यात जात असत. (त्याच एका शिकारीत दुष्यन्तानं शकुन्तलेची शिकारही केली.) मोगल बादशहा तर नॉनव्हेजवाले. ते तर चांगलेच शिकारी होते. शिकारीमधला अरी एक नंबरचा हिंसक आहे.

पुढारी या शब्दातला अरी हा फसवा अरी आहे. वरून मित्र, वरून नेता, वरून हितकर्ता आणि आतून अरी अशी त्याची रूपं असतात. स्वत: मोठा होण्यासाठी 'हा जनतेचा आवाज आहे' असं ओरडून सांगतो; जनतेला आपल्यामागून फरफटत नेतो. पुढारी भाव खातो आणि जनता मार खाते. खरं म्हणजे पुढारीसुद्धा तसं सर्वसाधारण माणूसच असतो. पण तीन कारणांमुळे तो मोठा वाटतो. एक

म्हणजे मायक्रोफोनपुढं उभा राहून तो दणादण बोलू शकतो. दुसरं तो जनतेपेक्षाही अर्धा तास उशिरा रात्री झोपतो आणि सकाळी जनतेपेक्षा अर्धा तास लवकर उठतो. त्यामुळे जनतेचा असा गोड गैरसमज होतो की, पुढारी जनतेच्या काळजीमुळे रात्री झोपतसुद्धा नसावा. परंतु तसं काही नाही. पुढारी पुढं असतो. पण लाठीहल्ला जनतेवर होतो. गोळीबारात जनता मरते. पुढारी पुन्हा दुसरा लढा लढायला जिवंत असतो. प्रत्येक लढ्यात जनता पोटभर (पाठभर) मार खाते. पण पुढारी मात्र हिंदी सिनेमातल्या हिरोप्रमाणे सहीसलामत सुखरूप असतो. सत्ता प्राप्तीच्यावेळी गुप्ततेची आणि निष्ठेची शपथ घ्यायला पुढारी पुढं (पुढं) असतो आणि जनता, घशाला कोरड पडेपर्यंत त्याच्या समजायचं ते समजा.

सरकारी शब्दातही अरी आहे. मग ते सरकार, 'फॉर दि पिपल, ऑफ दि पिपल, बाय दि पिपल' असो नाही तर आणखी कसलं कसलं असो, सरकार म्हणून राज्य करू लागलं की सरकारी खाक्या सुरू होतो. त्यावेळी सरकारीमधला अरी जनतेला त्रास देऊ लागतो. या अरीकडे दोन मोठी शस्त्रं असतात. एका शस्त्राचं नाव करवाढ आणि दुसऱ्या शस्त्राचं नाव दरवाढ. या दोन्ही गोष्टींमुळे जनतेचं अनुक्रमे पेकाट आणि कंबरडं मोडतं. (खरं म्हणजे दोन्ही शब्दांचा अर्थ एकच आहे. बरं वाटावं म्हणून कंबरडं आणि पेकाट हे शब्द वापरले.) सरकारी यंत्रणेला कायदे अंमलात आणण्याची सवय आहे. हे कायदे फारच चमत्कारिक असतात. घटस्फोटापासून रस्त्यावर थुंकण्यापर्यंत आणि कर भरण्यापासून पर्मिटशिवाय दारू पिण्यापर्यंत कसले कसले कायदे असतात ते सांगता येत नाही. सरकारी कायद्याचं आणखी एक चमत्कारिक वैशिष्ट्य आहे. 'कायदे, फक्त पाळणाऱ्यासाठीच असतात' अशी अदृश्य सूचना कायद्याच्या पुस्तकात लिहिलेली असते की काय कळायला मार्ग नाही. कारण घाबरुन जे कायदे पाळतात त्यांच्याच मागं कायदे हात धुऊन लागतात आणि जे लोक कायद्याची ऐशी की तैशी असं म्हणून कायदे मोडतात, त्यांचं दीर्घकाळपर्यंत काहीही वाकडं होत नाही. सरकारीमधला अरी हा असा असतो.

याशिवाय हत्यारी शब्दात अरी आहे. तो हातात हत्यार घेऊन जीव घ्यायलाच उठलेला असतो. फार हिंस्त्र अरी आहे. करारी या शब्दातला अरी आहे ना त्याचा स्वभाव फारच कठोर आहे. अमुक करायचं म्हणजे करायचंच. मग काय वाटेल ते होवो. पूर्वीची माणसं भारी करारी असायची. करारी स्वभावापायी नाही नाही त्या घोर प्रतिज्ञा करुन बसायची. अशावेळी करारी शब्दातला अरी घरातल्या आणि आजूबाजूच्या लोकांना खरोखरच शत्रूसारखा वाटत असे. असे 'अरी' युक्त शब्द आणखीही पुष्कळ आहेत. त्यातील 'अरी' मुळे ते शब्द कुणा ना कुणाचे तरी शत्रू असतात.

●●●

१९

अशाही चित्रकला

चित्रकला ही तशी आदिमानवाच्या काळापासून चालत आलेली कला आहे. निरनिराळ्या इतिहासाच्या पुस्तकांतून अशी चित्रं पाहायला मिळतात. मोहोंजोदारो येथील खाऊन पिऊन सुखी असलेल्या बैलाचं चित्र प्रसिद्ध आहे. चित्रकला सतत प्रगत होत गेली. रेखाचित्रांपासून त्रिमितीचा आभास, प्रकाश-छाया माध्यमाद्वारा करण्यापर्यंत नानाप्रकार झाले. आधुनिक काळात प्रतिकात्मक चित्रकला, अमूर्त चित्रकला, नवचित्रकला, गूढ चित्रकला असे नवीन प्रकार उदयाला आले आणि रूढही झाले. त्यातही पोर्ट्रेट पेंटींग, स्टिल पेंटींग, लँडस्केप, स्कायस्केप, रेखाचित्रं, जलरंग चित्र, तैलरंग चित्र, व्यापारी कला चित्र, फाईन आर्टची चित्रे असेही काही प्रकार आहेत. या व्यतिरिक्त कार्टून्स, राजकीय व्यंगचित्र हेही प्रकार आहेत. मनुष्यप्राणी चित्रकलेत सतत नवीन नवीन भर घालत असतो.

ही झाली चित्रकलेची महत्त्वाची बाजू याशिवाय आणखीही मजेशीर प्रकार आहेत ते पाहण्यासारखे आहेत. असले प्रकारही पुष्कळ आहेत. चित्रकलेचे जे निरनिराळे प्रकार आहेत त्यात 'विकृतीकरण' या नावाचा एक प्रकार आहे.

विद्यार्थी मंडळीत हा प्रकार विशेष लोकप्रिय आहेत. गावोगावच्या निरनिराळ्या शाळांतून ही विकृतीकरणाची कला विद्यार्थीप्रिय आहे. आमच्या लहानपणीसुद्धा ही पद्धत रूढ होती. विशेषत: इतिहासाच्या पुस्तकात निरनिराळ्या व्यक्तींची चित्रे असायची. म्लेंछ आणि इंग्रज लोकांच्या चित्रांचं विकृत रूप करणे हा विद्यार्थ्यांचा आवडता छंद असे. शाईने किंवा गडद पेन्सीलीने मूळ चित्राचं काय वाटेल ते करणं हा एक छंदच होता. म्लेंछांनी उच्छाद मांडला होता. म्हणून त्यांची चित्रं आणि इंग्रज लोक त्यावेळी हिंदुस्थानावर प्रत्यक्ष राज्य करत होते, त्याचा प्रतिकात्मक सूड म्हणून त्यांची चित्रं विकृत केली जात असत. त्याकाळची इतिहासाची पुस्तकं अशा प्रकारे बरबटलेली असत. 'आमच्यावर राज्य करून आम्हाला गुलामीत टाकता काय? तर मग हा घ्या विकृत चित्रांचा सूड' असं म्हणून देशभक्तीच्या भावनेने ती चित्रं खराब करत असू.

'हिंदुस्थानचा इतिहास' या पुस्तकात त्या काळात, प्राचीन काळ, मुसलमानी अंमल, मराठा अंमल आणि ब्रिटिश अंमल असे चार भाग असायचे. त्यापैकी प्राचीन काळ या विभागातली ऐतिहासिक मंडळी आपल्यांपैकी असल्यामुळे त्यांच्या चित्रांचे विकृतीकरण होत नसे. त्याशिवाय मराठा अंमलही विकृतीकरणापासून मुक्त असे. मराठा अंमल म्हणजे साक्षात क्षत्रियकुलवंतस गोब्राह्मण प्रतिपालक छत्रपती शिवाजी महाराजांचा काळ! हा भाग विकृतीकरणातून आदरपूर्वक वगळला जाई. बाबर आला म्हणून पुढे तीनशे-सव्वातीनशे वर्षे मोगल घराण्याची राजवट टिकली. तो राग मनात धरून बाबराच्या चित्रात कपाळावर आडवं गंध लावलं जाई. उभं गंध लावण्याइतकी कपाळाची जागा शिल्लक नसल्यामुळे आडवं गंध लावलं जायचं. अकबर बादशहा तसा चांगला होता. पण त्यानं बऱ्याच हिंदू स्त्रियांशी लग्नं केली हे आम्हाला त्या वयात आवडायचं नाही. आमच्या गावात दर पुरुषी एक बायको हे प्रमाण होतं आणि अकबराने मात्र खूप हिंदू स्त्रियांशी लग्नं केली होती. आमच्या बालमनाला नाही म्हटलं तरी खटकायचं. यावर निषेधाचा उपाय एकच होता. तो म्हणजे गंध लावून शेंडी काढून त्यालाच हिंदू करणे. कपाळावर मोकळी जागा बरीच होती म्हणून उभं गंध लावलं जाई.

औरंगजेबानं शिवाजी महाराजांना फार त्रास दिला म्हणून औरंगजेबाची लांब दाढी खूप मोठी केली जाई. शिवाय शिक्षा म्हणून कपाळावर गंध! अशा प्रकारे अल्लाउद्दीन खिलजी, महंमद तुघलक, तैमूरलंग, नादीरशहा वगैरेनांही वि-चित्रकृत केले जात असे. सुलतान रझियाला उगीचच मिशा काढल्या जात. तो एक छंदच असे. लॉर्ड डलहौसीनं आणखी खूप संस्थानं खालसा करून कंपनी सरकारला जोडली याचा आम्हाला राग असे. डलहौसीचं कपाळ भव्य होतं म्हणून त्याच्या

कपाळावर भस्माचे आडवे तीन पट्टे पेन्सीलीने ओढण्यात आम्हाला धन्यता वाटायची. शिवाय हनुवटीपासून खाली लांबपर्यंत दाढीही काढत असू. तंजावर, उदेपूर, नागपूर, वऱ्हाड अयोध्या वगैरे राज्य खालसा करता काय? हे घ्या भस्माचे पट्टे ओढतो तुमच्या कपाळावर! असा जाज्वल्य अभिमान! लॉर्ड मेयो या गव्हर्नर जनरलची हनुवटी डबल होती. आम्ही पेन्सीलनं ती तिबल करत असू. त्याने आपल्याला बराच त्रास दिला होता. म्हणून कपाळावर उभं गंध, भरगच्च मिशा आणि प्रचंड दाढी पेन्सीलीने काढून त्याच्यावरचा सूड उगवला जाई. बंगालची फाळणी करता काय? घ्या गंध-दाढी-मिशांची शिक्षा.

शाळेतल्या विशेषत: प्राथमिक शाळेतल्या चित्रकलेचा निराळाच प्रकार असतो. लहान लहान मुलं काय काढतात ते कळतच नाही. छत्री काढायला घेतात, काढतात; परंतु काढली ती छत्री आहे हे काही केल्या ओळखताच येत नाही. तोंडानं छत्री म्हणत भलतेच काहीतरी काढून ठेवतात. छत्री, तांब्या, भांडे, पिंपळाचे पान, दाने डोंगर मध्ये उगवता सूर्य ही लहानपणीच्या चित्रकलेतील पेटंट चित्रे असायची. तरीही मुलांनी काढल्यावर ओळखता येत नसत. म्हणून शिक्षक विद्यार्थ्यांना सांगायचे, 'बरं का मुलांनो, कागदावर वरच्या बाजूला आधी तुमचं नाव लिहा. मग चित्र काढा आणि चित्राखाली चित्रातल्या वस्तूचं नाव लिहा. म्हणजे कुणी काढलं आणि काय काढलं हे पाहणाऱ्याला चटकन कळेल.' ही उपयुक्त सूचना असायची. खालचं वाचायचं आणि तेच वर काढलंय असं समजून घ्यायचं. कसलं चित्र काढलंय. हे ओळखण्याची ही किती सोपी युक्ती आहे.

लहान मुलं असतात ना त्यांची चित्रकला निराळी असते. चित्रं काढताना त्यांचंही एक तर्कशास्त्र असतं. त्यास अनुसरून ती मुलं चित्र काढत असतात. असाच एक छोटा पिंटू होता. त्यानं पाटीवर नारळाचं झाड काढलं. नंतर त्या झाडाकडे टक लावून पाहत बसला. 'असा नुस्ताच का बसलास, नारळ काढ ना झाडावर' असं आईने म्हटल्यावर पिंटू आईला म्हणाला, 'कमालच करतेस, मी आत्ताच तर नारळाचं झाड काढलं आहे. लगेच झाडाला नारळ कसे येतील? झाड लावल्यावर लगेच नारळ येत नसतात. म्हणून मी थोडा वेळ थांबणार आहे आणि मग नारळ काढणार आहे.' पिंटू थोडा वेळ थांबला आणि वरच्या बाजूला झाडावर भराभरा गोल काढले. एक गोल म्हणजे एक नारळ या हिशोबाने झाडाच्या शेंड्याजवळ पिंटूने पुष्कळ गोल, गोल, गोल काढून त्यांना नारळत्व दिलं.

नुस्ती कोरी चौकट हाही एक प्रकार आहे. या पद्धतीच्या चित्रकलेत मुळात चित्रच काढावे लागत नाही. न काढलेल्या चित्रालासुद्धा एक चौकट पाहिजेच असते. अशी काही चित्रं आता 'दाखवत' आहे. नुस्ती चौकट. आतली जागा कोरी.

चौकटीखाली चित्राचं नाव 'निर्गुण निराकार परमेश्वराचं दुर्मिळ छायाचित्र' पुन्हा एक चौकट, आत कोरी जागा परंतु काळ्या रंगाने भरलेली- चौकटीखाली लिहिलं आहे, 'परमेश्वराच्या फोटोची निगेटीव्ह.' आणखी एक कोरी चौकट. चौकटीखाली लिहिलं आहे, 'गाय आणि गवत' त्याखाली खुलासा लिहिला आहे,'गवत गायीनं खाल्लं म्हणून चित्रामध्ये गवत दिसत नाही आणि सगळं गवत खाऊन झाल्यावर गाय निघून गेली. म्हणून या चित्रात गायही दिसत नाही.' पुन्हा एक कोरी चौकट. चित्राखाली लिहिलं होतं, 'त्याचं सर्वस्व गेलं. त्यानंतर काढलेलं चित्र'. आणखी एक चौकट, रंग काळा 'डोळ्यासमोर अंधेरी आल्यामुळे त्याला काहीही दिसत नव्हतं.' तेच हे काहीही न दिसणं. आणखी एक काळी चौकट,'आकाश : कृष्णमेघांनी व्यापलेलं' अशी चौकटीतली चित्रकला काढायला सोपी असते. फक्त पांढरी किंवा काळ्या रंगाने भरलेली चौकट काढली की बस्स! त्याखाली काय लिहायचं हा बुद्धिकौशल्याचा भाग आहे.

केसांची गुंतवळ असते ना तसली एक खूप मोठी केसांची गुंतवळ असं एक चित्र काढलं. ही गुंतवळ मुळात सुमारे पाच फूट उंच असावी. परंतु कागदावर मावण्याच्या दृष्टीनं लहान प्रमाणात काढली आहे. त्या गुंतवळीखाली लिहिलं होते, 'ही केसांची नुस्ती गुंतवळ नसून त्या गुंतवळीच्या आत, आमच्या केशवर्धक तेलाच्या कारखान्यामध्ये काम करणारा आमचा एक कामगार आहे. हा कामगार काम करत असताना तोल जाऊन चुकून केशवर्धक तेलाच्या पिंपात पडला. बाकीच्या कामगारांनी त्याला लगेच बाहेर काढलं. तेवढ्या अल्पावधीत आमच्या केशवर्धक तेलामुळे त्याच्या सर्वांगावरचे केस हा हा म्हणता वाढले आणि त्यामुळे तो केसातच झाकला गेला आहे. त्याचं हे प्रत्यक्ष चित्र पहा (मोठी बाटली अमुक रु. लहान बाटली तमुक रु.)'

स्त्रीची आकृती काढा- स्त्री उभी आहे अशी. सावली जशी दिसते तशी ती आकृती काळी करा. झालं चित्र. चित्राखाली लिहा, 'काळ्यांची कृष्णा काळी साडी नेसून, काळा ब्लाऊज घालून, काळेभोर, लांबलचक केस मोकळे सोडून, अमावस्येच्या अंधारात पाठमोरी उभी राहून आपल्या प्रियकराची प्रतीक्षा करत आहे.' ही असली चित्रं काढणंही सोपं असतं. यासारख्या चित्रकला काढायला सोप्या असतात. एक त्रिकोण काढा. डावीकडील रेषेला 'खलनायक' असं नाव द्या. वरती लिहा,'प्रेमाचा त्रिकोण.' याच्याइतका वास्तवदर्शी त्रिकोण कुठं तरी मिळेल का? एक शून्य काढा. चांगलं दीड-दोन इंच व्यासाचं काढा. त्या शून्याखाली लिहा 'प्रेमभंग झाल्यावर (पन्नास टक्के प्रेमवाला) प्रेमवीर भकासपणे ज्या शून्याकडे पाहत बसला ते शून्य.' किंवा असं लिहा-'सारं विश्व ज्या शून्यातून निर्माण झालं त्या शून्याची प्रतिकृती'

अशा प्रकारची चौकटींची, त्रिकोणाची, शून्याची चित्रंही खूप काढता येतील. अशा प्रकारची चित्रकला किती सोपी आहे.

●●●

www.ingramcontent.com/pod-product-compliance
Lightning Source LLC
Chambersburg PA
CBHW030524260626
47157CB00005B/1867